ஆண் சிங்கம்

(சிறுகதைகள்)

வல்லிக்கண்ணன்

Title: Aan Singam

Author: Vallikkannan

Language: Tamil

First Published on: 1964

Year of Publication: 2025

Book Format: Paperback

*Page Size: 6inch * 9inch*

Category: Fiction

Subject: Short Stories

No. of pages: 168

ISBN: 978-81-990238-7-1

Published by: Nilan Publishers, Madurai, Tamilnadu, India

பொருளடக்கம்

வல்லிக்கண்ணன்..4

சில வார்த்தைகள்..5

சக்தியுள்ள தெய்வம்..7

விரையும் கரையும்...23

தெளிவு..33

அலைகள்...42

பெரிய மனுஷி...55

பிரமை அல்ல..75

சிலந்தி...89

இரக்கம்..101

தனிமை..107

பெரியவன்...115

ஆண் சிங்கம்..129

கவிதை வாழ்வு..142

ரொம்ப வேண்டியவர்..162

குறிப்புகளுக்காக

வல்லிக்கண்ணன்

வல்லிக்கண்ணன் (ரா. சு. கிருஷ்ணஸ்வாமி) 12-11-1920-ல் பிறந்தார். திருநெல்வேலி ஜில்லாவில் உள்ள ராஜவல்லிபுரம் அவரது சொந்த ஊர். வாழ்க்கைப் பாதையில்-முதலில் சர்க்கார் ஆபீஸ் குமாஸ்தாவாக அடி எடுத்து வைத்த போதி லும், எழுத்து வெறி பற்றி நான்கு வருஷ சேவையை உதறிவிட்டு, எழுத்தாளனாக முன் வந்தார். 1940 முதல் அவரது எழுத்துக்கள் தமிழ்நாட்டின் எல்லாப் பத்திரிகைகளிலும் இடம் பெற்றுள்ளன. 1943 முதல் சில வருஷ காலம் பத்திரிகை அலுவலகங் களில் பணிபுரிந்தார். 'திருமகள்' (மாசிகை), 'சினிமா உலகம்' (மாதம் இருமுறை) 'நவசக்தி' (மாசிகை) ஆகிய பத்திரிகைகளில் உதவி ஆசிரிய ராக அனுபவம் பெற்று, பின்னர் 'கிராம ஊழியன்' (மறுமலர்ச்சி இலக்கிய மாதம் இருமுறை) ஆசிரிய ரானார். 'ஊழியன்' நின்றதும், 1947-ல் அவர் சென்னை வந்து சேர்ந்தார். 'ஹனுமான்' வாரப் பத்திரிகையில் இரண்டு வருஷங்கள் (1949-51) துணை ஆசிரியராகக் கடமையாற்றினார். அதன் பிறகு, சுயேச்சை எழுத்தாளராகவே சென்னையில் வசிக்கிறார். வனா.கனா ஒரு பிரமச்சாரி.

சில வார்த்தைகள்

நான் எழுத்தாளன் ஆகி இருபத்தைந்து வருஷங்கள் முடியப் போகின்றன. நடப்பது 'வெள்ளி விழா வருஷம்'. இதன் நிறைவை எப்படிக் கொண்டாடுவது என்று நான் சுவையான பல கனவுகள் கண்டது உண்டு. 'எனது கதைத் தொகுதி ஒன்றை உயர்ந்த பதிப்பாக வெளியிடுவது' என்பது அவற்றில் இடம் பெற்றதில்லை. ஆனால், நண்பர் செல்லப்பா எனது கதைகளே 'எழுத்து பிரசுரம்' ஆக வெளியிட்டு என்னுடைய வெள்ளி விழா அனுபவத்துக்குச் சிறப்பு தருகிறார் மிகவும் மகிழ்ச்சிகரமான இந்த ஏற்பாட்டுக்காக நான் ஆரம்பத்திலேயே அவருக்கு என் நன்றியை அறிவித்தாக வேண்டியது அவசியம்.

'ஆண் சிங்கம்' எனது நான்காவது கதைத் தொகுதி. முதல் தொகுதி 'கல்யாணி' முதலிய கதைகள் 1945-ல் பிரசுரமாயிற்று. அடுத்து, 1946-ல் 'நாட்டியக்காரி' வெளிவந்தது. 1954-ல் 'வல்லிக்கண்ணன் கதைகள்' என்ற பெயரில் ஒரு தொகுப்பு பிரசுரிக்கப்பட்டது. இவை எல்லாமே, புத்தகம் வெளியிடுவதைத் தொழிலாகக் கொள்ளாத வெவ்வேறு நண்பர்களால் தான் பிரசுரிக்கப் பட்டன. இப்போதும் நண்பர் செல்லப்பா என்னிடம் கொண்ட அன்பு காரணமாக எனது கதைகளே ஒரு தொகுதியாக வெளியிட முன் வந்திருக்கிறார். 'எழுத்து பிரசுரம்' எனக்கு அளிக்கிற கௌரவம் ஆகவே இதை நான் கருதுகிறேன்.

எழுத்து, எண்ணம், சொற்கள் ஆகியவற்றை வைத்து விளையாடியதின் விளவுகள் என் கதைகள்,

இப்படித்தான் எழுதவேண்டும், இன்ன விஷயங்களைப் பற்றித்தான் எழுத வேண்டும் என்று நான் வரம்பு வகுத்துக் கொள்ளவில்லை. பல ரகமான கதைகள்-பல நூறு கதைகள்-எழுதியிருக்கிறேன். அவற்றில் பதிமூன்று தான் இத்தொகுதியில் அடக்கம். எனது கதைகளின் தன்மைகளை எடைபோட்டு முத்திரை குத்தி, முடிவு கட்ட இந்த ஒரு தொகுதி போதாதாது. 'ஒரு பானைச் சோற்றுக்கு ஒரு சோறு பதம்' என்கிற சாப்பாட்டுராமத்தனத்தை எழுத்து முயற்சிகள் விஷயத்தில் கையாள்கிறவர்கள் சரியான முறையை அனுஷ்டிப்பவர்கள் ஆகார்.

இத் தொகுப்பில் உள்ள கதைகள் ஹனுமான், சரஸ்வதி, புதுமை, ஆனந்தவிகடன், கல்கி, எழுத்தாளன் சிறப்பு மலர் ஆகியவற்றில் வெளியானவை. அப் பத்திரிகை ஆசிரியர்களுக்கு என் நன்றி உரியது.

சென்னை

13 ஜூன், 1964

வல்லிக் கண்ணன்

சக்தியுள்ள தெய்வம்

பெருங்குளம் கிராமத்திலிருந்து ஸ்ரீவைகுண்டத்திற்குச் செல்லும் ஆறு மைல் நீள ரஸ்தா அநேக இடங்களில் நீண்டும் நெளிந்தும் பல வளைவுகளாகக் கிடப்பதுடன், நெடுகிலும் விரிந்து கிடக்கிற பெரிய குளங்களின் உயர்ந்த கரையாகவும் திகழ்கிறது. ரஸ்தாவின் ஓரங்களில் சில இடங்களில் ஆலமரங்கள் உண்டு. சில இடங்களில் கொடிக்கள்ளி மரங்கள் தலைவிரித்து நிற்கும். தென்னை அல்லது பனை ஆங்காங்கே தென்படுவதும் உண்டு. இந்த வழியின் நடு மத்தியில் இருக்கிறது ‘செவளை, செவளை’ என்று பேச்சு வழக்கில் அடிபடுகிற சிவகளை கிராமம்.

ஸ்ரீவைகுண்டத்திலிருந்து வந்தால் சிவகளைக்குள் புகும் வழியில் - பெருங்குளத்திலிருந்து வந்தால், சிவகளையைத் தாண்டிச் செல்லும் இடத்தில்-இடைஞ்சலான வளைவும் திருப்பமுமாக ரோடு நெளிந்து கொடுக்கும். அந்த இடத்தில் ரோடு சிறிது குறுகலாக இருப்பதோடு, இருபக்கங்களிலும் நெடிதுயர்ந்து வளர்ந்த பெரிய ஆலமரங்கள் இரண்டு உண்டு. மரங்களென்றால் சாதாரண மரங்கள் அல்ல. வயசான மரம். வட்டமிட்டு கப்புங் கவருமாகி, பூமியைத் தொடும்படி விழுதுகள் வீசி வளர்ந்து நிற்கும் மரங்கள். இருட்டின் இதயம் போலிருக்கும், அந்திவேளேயிலேயே அதன் அடியிலே. இரவில் கேட்கவா வேண்டும்?

ஒருபுறம் குளம். இந்தப் பக்கம் ஒரு பள்ளம். அவ்விடத்திற்கு வந்தவுடன் , திறமைசாலியான வண்டிக்கிறான்ூட, விழித்த கண் விழித்தபடியிருந்து

லாகவமாக ஓட்ட முயல்வது சகஜம். இரவில் யாருக்குமே சற்றுக் கிலிதான். காளைகள் - எவ்வளவு உயர்ந்த ரக மாடுகளாக இருந்தாலும் - ஆந்த இடத்திற்கு வந்ததும் சற்று மிரளத்தான் செய்யும் கலைகிற சுபாவமுள்ள மாடுகளானால் வெருவிப் பதறி ஆடும். மூக்கணாங் கயிறைச் சுண்டி இழுத்து, தலைப்புக்கயிறை இறுக்கிப் பிடித்து சாரத் தியம் செய்ய வேண்டியது அவசியம் என்பது வண்டிக்காரர்கள் அறிந்த வித்தையே.

பொதுவாக, இரவு பன்னிரண்டு மணி சுமாருக்கு அந்த இடத்திற்கு வரக்கூடாது என்றுதான் வண்டிக்காரர்கள் பிரார்த்தித்துக் கொள்வார்கள். இரவுப் பிரயாணம் தவிர்க்க முடியாததாகி விட்டால், முன்னிரவிலேயே அவ்விடத்தைத் தாண்டிவிடத் தவிப்பார்கள். அல்லது மூன்று மணிக்கு மேலே வண்டி போட்டுக்கொண்டு கிளம்பலாமே என்று காலங் கடத்துவார்கள்.

இதற்கு முக்கிய காரணம் உண்டு. ஆலமரத்தடியில் அரசு செலுத்தும் சாலைக்கரையான் ரொம்பப் பொல்லாத தேவதை, சக்தி வாய்ந்த சாமி என்பது அந்த வட்டாரத்தில் பிரசித்தமான சேதி.

பெருங்குளத்துக்குப் புதிதாக மாற்றலாகி வத்திருந்த ஸப் இன்ஸ்பெக்டர் முத்தைய பிள்ளையிடம் அவரது வண்டிக்கிறான் மாடசாமி இந்த விஷயத்தைப் பணிவுடன் சொன்னபோது, பிள்ளைவாள் அட்டகாசமாகச் சிரித்தார். ‘மாடசாமி! உனக்கு இந்த முத்தைய பிள்ளைவாளைப் பற்றி ஒன்றும் தெரியாது. சக்தியுள்ள சாமிகளையே ஆட்டி வைக்கும் ஆசாமி ஐயாவாள்.தெரிஞ்சுக்கோ!’ இப்படிச் சொல்லி விட்டு

பலமாகச் சிரித்தார். சிரிப்பா அது! அடித் தொண்டையிலிருந்து கிளம்புகிற மிடுக்கான கணைப்பு.

மாடசாமிக்கு நெஞ்சு 'திக்திக்' கென்றது. மானசீகமாக சாலைக்கரையானை நினைத்துக் கும்பிடு போட்டான்.

'ஐயா பூடம் தெரியாமச் சாமி ஆடப் பார்க்கிறாக, சாலைக்கரையானப் பற்றிக் கேவலமாப் பேசின. யாரு தான் பிழைச்சாக? நம்ம வடக்குத் தெரு காரைவீட்டுப் பிள்ளைவாள் புதுப் பணம் கிடைத்த ஜோர்லே என்ன தான் சொல்லவில்லை? சாலைக்கரைச் சாமி சும்மா விட்டுதா? புது வில்வண்டி அருமையான மாடுக. அந்த இடத்திலே வரும் போது, குடை வண்டி சாஞ்சு, பிள்ளைவாள் பிழைச்சது மறுபிழைப்பில்லையா! ஐயா ஸப் இனிஸ்பெக்டர்னு சாமிக்கு என்னங்கேன்? அது சக்தியுள்ள தெய்வமில்லா!' என்று முனங்கிக் கொண்டான். அதுக்காக, தான் வண்டி ஓட்டி வர முடியாது என்று சொல்லிவிட முடியுமா? வயிறு கழுவ வேலை பார்த்தாக வேண்டுமே.

தன் குலதெய்வங்களையெல்லாம் கும்பிட்டுக் கொண்டு, சாலைக்கரையானையும் நூறு தடவை நினைத்துக்கொண்டு, வண்டியில் காளைகளைப் பூட்டினான். அந்தக் காளைகளை ஓட்டிச் செல்வதென்றாலே தனி குஷி. நல்ல போஷிப்பில் அருமையாக வளர்ந்த கருஞ் செவலைக் காளைகள். கழுத்திலே இரண்டிரண்டு வெண்கல மணிகள். நாதம் கணிரென்று கேட்கும். கால் மைலுக்கப்பால் வண்டி வரும்போது இன்ஸ்பெக்டர் பிள்ளைவாள் வண்டி வருது என்று காட்டிக் கொடுத்துவிடும். மாடுகளோ மணி மணியானவை. குறிப்பறிந்து போகும். சாட்டைக் கம்பின்

பிரயோகம் தேவையே இல்லை. 'ந்தா... இந்தாலே' என்று அதட்டினால், தூள் பறக்கும்படி ஓடும். இவற்றில் 'இடத்தன் காளை பரமசாது. வலத்தன் கொஞ்சம் திமிரு பிடித்தது. மோட்டார் விளக்குகளைக் கண்டால் சிறிது மிரளும். ஆனல் எந்த இருட்டாக இருந்தாலும் சரி, தானகவே தடமறிந்து நடக்கக் கூடிய மாடுகள் அவை ·

என்றாலும், அன்று வண்டி பூட்ட அவனுக்குச் சம்மதமே யில்லை. நாளைக்குப் போனால் என்ன, எசமான்? என்று கேட்டான்.

'சர்க்கார் சோலி பெரிசா? உன் சாமிபயம் பெரிசா? வண்டியைப்போடு. வீணாக நேரத்தை ஓட்டியடைச்சுக் கிட்டிராதே' என்று உறுமினார் பிள்ளை.

அவருக்குக் கோபம் வந்தால் 'கண்ணு மூக்குத் தெரியாது.' கையிலே அகப்பட்டதை எடுத்துக் கொண்டு வெளும்பச் சாத்தி விடுவார். விளாசு விளாசென்று விளாசித் தள்ளி விடுவார். 'முரட்டு முத்தைய பிள்ளை என்றே பெயர். யாரையும் மதிக்கமாட்டார். 'அடி உதவுற மாதிரி அண்ணன் தம்பி உதவ மாட்டான் வே' என்று அடிக்கடி சொல்லுவார். எசமான் குணம் வேலைக்கிறான்ுக்குத் தெரியாதா!

ஸ்ரீவைகுண்டத்தில் வண்டி பூட்டும் போதே இரவு பத்து மணி ஆகிவிட்டது. எவ்வளவு போனலும் பன்னிரண்டு மணிக்கு முந்தி வீடு போய்ச் சேரமுடியாது. சாம வேளையிலே சாலைக்கரையான் பூமியில் போகவா? அதிலும் அன்று!

அன்றைக்கு அமாவாசை, தை அமாவாசை, அத்துடன் செவ்வாய்க்கிழமைதலைச் செவ்வாயும் கூடிக் கொண்டது. இது சாமிகளுக்கு உகந்த உக்கிர மான நாளு என்று அவன் கேள்விப் பட்டிருக்கிறான். வேறு எந்த வண்டியாக இருந்தாலும்கூட அவன் இவ்வளவு கலவரம் அடையமாட்டான்.

இன்ஸ்பெக்டர் எசமான் சாமியைச் சாமின்னு மதியாமல் எக்காளம் கொழிச்சிட்டாக. அதிலும் வாறபோது வேறே அகங்காரமா... 'ஏ மாடசாமி, இதுதானே நீ சொன்ன பூடம்! எல்லாப் பூடங்களையும் போல செங்கல்லும் மண்ணுமாகத்தானே இருக்கு. இது என்ன சக்திவாய்ந்த சாமியோ புரியலே. ஏம்பா மாடசாமி! இந்தப் பக்கத்தி லேதான் முழத்துக்கு மூணு, பூடம்; சாணுக்கு ஒரு சாமி யின்னுயிருக்குதே, இதையெல்லாம் கண்டு பயப் படனும்னு சொன்னா, மனிசன் வீட்டை விட்டே வெளியே வரப்படாது. தெரியுதா? பூடம் தெரியாமச் சாமி ஆடுகிறது என்பாக. நான் சொல்லுதேன். ஆசாமியைக் கவனிச்சுக்கிட்டுத்தான் சாமியும் ஆட்ட பாட்டம் பண்ணும். ஐயாப் பிள்ளையிடம் எந்தச் சாமியும் வாலாட்டமுடியாது' என்றாக. இப்படியா பேசுறது? அவன் அதை மறக்க முடியுமா?

அப்போதுதான் வண்டி ஆலமரத்தடியில்பந்தல் வளைவுபோல் அடர்ந்து நின்ற கிளைகளின் அடியில் ஊர்ந்து கொண்டிருந்தது. 'பகடக பகு பக்' என்று ஓசை கேட்டது. ரொம்பத் தெளிவாக, யாரோ ஏளனச் சிரிப்பு சிரிப்பது போல், ஒலித்தது. கௌளி...கேட்டீகளா? நீங்க இப்படியெல்லாம் பேசப்படாது எசமான்' என்றான் மாடசாமி.

‘பல்லி வயித்துக்கில்லாம, பசியினாலே கத்தும் சவம்’ என்றார் பிள்ளை.

மீண்டும், முன்னைவிட பலமாக, 'பக் பக் பக்’ என்று சிரித்தது கௌளி. சாலைக்கரையானே விஷமச் சிரிப்பு சிரிப்பது போலிருந்தது.

கௌளிக்கு எதிரொலி கொடுக்காமல் கேட்டுக் கொண்டிருந்தால் தோஷம் எனும் நம்பிக்கையுடைய மாடசாமி நாக்கினால் வாய்க்குள் டொக் டொக்’’ என்று அடித்துக் கொண்டான். ஏந்தான் ஐயா இந்தப் போக்கு போறாகளோ, தெரியலே. இது நல்லதுக்கில்லே என்று அவன் உள்ளம் புலம்பியது. ‘அச்சானியத்தை ஒடுக்க த்தா...இத்தாலே என்று கதறவும், காளைகள் வேகமாக ஓடத் தொடங்கின. மணி நாதமும், சக்கரங்களின் கடகடப்பும் அவன் மன அரிப்பை ஒடுக்க உதவின.

இது மத்தியானம் நடந்தது. திடீரென்று ஸ்ரீவைகுண்டத்துக்குக் கிளம்பினார் பிள்ளை. காலையில் புறப்பட்டுப் போய், சாயங்காலமே திரும்பி விடலாம் என்று எண்ணினார். தை அம்மாவாசையில்லா இன்னிக்கு! அமாசை விரதமும் அதுவுமா...’ என்று வீட்டம்மா இழுக்கவே, ‘ஸேரி, மத்தியானச் சாப்பாட்டுக்கு மேலே போறேனே’’ என்று ஒத்திப்போட்டார். ‘போய்விட்டு எந்த ராத்திரியானாலும் சரி, வீடு திரும்பிரணும். நாளைக்கு இந்த ஊரிலே முக்கிய சோலியிருக்கு என்றார் அவர். ஸ்ரீவைகுண்டம் சேரும் பொழுது மணி மூன்றாகி விட்டது அவரைப் பார்த்து, இவரைப் பார்த்து, அங்கே காரியம் கவனித்து, இங்கே வம்பளந்து என்று அப்படியும் இப்படியுமாக நேரம் ஓடிவிட்டது. இராச் சாப்பாட்டை முடித்துவிட்டுத் தான் போகணும் என்று நண்பர்

கட்டாயப்படுத்தவே, தங்கிவிட்டார். அதிகாலையில் எழுந்து போகலாமே என்ற யோசனையை மறுத்துவிட்டார். அதனால் வண்டி பூட்டவேண்டியதாயிற்று: வண்டி போடும் போதே மாடசாமிக்குத் திகில் தான். வண்டி புறப்படும்போது சகுனம் சரியில்லை' என்று அவிழ்த்துப் போட்டுவிட்டு, கால் மணி நேரம் கழித்துப் பூட்டினான்.

''சரி. போயிட்டு வாறேன்' என்று சொல்லி வண்டி யிலேறினார் பிள்ளை.

அப்போது பக்கத்து வீட்டிலே எவளோ ஒருத்தி தன் மகனுக்கு வாழ்த்து பாடிக் கொண்டிருந்தாள் : 'கரி முடிஞ்சு போவான், நீ ஏன் இந்தப் போக்கு போறே?

பிள்ளை காதில் இது விழுந்ததோ என்னவோ! மாடசாமி தெளிவாகக் கேட்டான். அதற்கு மேல் கேட்க விடாமல் வண்டி கடகடத்து உருண்டது. மாட்டு மணிகள் கணீரிட்டன. நிமித்திகங்களில் நம்பிக்கை குன்றாத மாடசாமி நல்ல நிமித்தமாகயில்லையே. இன்னைக்கு நல்லபடியாக வீடு போய்ச் சேரனும், தெய்வமே என்று நினைத்து, தனக்குத் தெரிந்த தெய்வங்களேயெல்லாம் வேண்டிக்கொண்டான். சாலைக் கரையானுக்கு விசேஷ வேண்டுதல்.

''அப்பனே, சாலைக்கரையா, நான் புள்ளை குட்டிக் கிறான். நீதான் காப்பாத்தனும். கடைசிச் செவ்வா யன்னேக்கு உனக்குச் சேவல் கொண்டாந்து பலியிடு தேன்' என்று நேர்ந்துகொண்டான். கோசுப் பெட்டி லுள்ளிருந்த திருநீறையெடுத்து நெற்றி நிறையப் பூசிக் கொண்டான். வண்டியை வேகமாக ஓட விட்டான்.

முத்தைய பிள்ளை ஏதோ யோசனையில் ஆழ்ந்திருந்தார். சாதாரண நாளாக இருந்திருந்தால் சாப்பாடு வெறும் தோசையும் உப்புமாவுமாக முடிந்திராது. 'தண்ணி', கோழிமுட்டை வெந்தது, புறாக்கறி யென்று நண்பர் வீட்டிலே விருந்து அமர்க்களமாயிருக்கும். சனியன் அமாவசையாக அல்லவா போச்சு! தரித்திரம் புடிச்ச எழவு' என்று மனம் வருந்திக் கொண்டிருந்தது அவருக்கு. திடீரென்று சாட்டையின் சுளிர் அடி அவரைத் திடுக்கிடவைத்தது. மாடசாமி மாடுகளைத்தான் அடித்தான். அவரையே அடித்துவிட்டது போலிருந்தது. பிள்ளைக்கு மாடுகளிடம் அவ்வளவு உயிர்.

'ஏயேய்! என்னது இது? ஏணிப்படி விரட்டு விரட்னு விரட்டுதே? மாடுகளை ஏன் அடிக்கிறே? என்று சீறினார். அதோடு சாட்டைக் கம்பை இப்படிக் கொடு மாடுகதான் தானகவே வேகமாய் போகுமே. நீ எதுக்காக அடிக்கனும்? என்று கம்பை வாங்கி உள்ளே போட்டுக் கொண்டார்.

நல்ல இருட்டு. பனி வேறு அதிகம். குளிர் காற்று லேசாக நெளிந்து கொண்டிருந்தது. பாதை நெடுகிலும் சிள் வண்டுகள் 'விவிங்ங்' என்று இரைந்து கொண்டிருந்தன. இருட்டில் ரஸ்தா மட்டும் வெளே ரென்று தெரிந்தது. வானத்திலே, கன்னங் கரிய வெல்வெட்டில் அருவக் கரம் ஏதோ தைத்துவிட்ட ஜிகினாப் பொட்டுகளும் புள்ளிகளும்போல நட்சத்திரங்கள் நிறைந்து கிடந்தன. அந்த ரஸ்தாவில் வண்டி தனியாகப் போய்க் கொண்டிருந்தது. வண்டியின் இருப்புச் சட்டத்தின் அருகில் போலில் கட்டியிருந்த அரிக்கன் லாந்தரின் ஒளி, தீ நிற வட்டம் வரைந்து ஒடுங்கி, இருளின் எல்லையை அதிகமாக்கிக் காட்டியது. வண்டியின் ஓட்டத்துக்கேற்ப

ஒளி வட்டம் ஆடி அசைந்தது. அந்த ஒளியின் உதவியால் மாடுகளின் கரிய நிழல் பெரிதாகத் தெரியும். மாடசாமி பயம் அரிக்கும் நெஞ்சினனாய் இருந்தான். முத்தையபிள்ளை கண்களை மூடியபடி தலையணையில் சுகமாகச் சாய்ந்திருந்தார்.

வண்டி இரட்டை ஆலமரங்களை நெருங்கிக் கொண்டிருந்தது.

இருளைக் கிழிக்க முயன்று முடியாமல், தானும் பேரிருளாய் கலந்துவிட்டது போல் இருளோடு இருளாக நின்றன மரங்கள். ஒரே இருட்டுக் கசம். தூரத்துப் பார்வைக்கு வெள்ளிகள் சிந்திய வெளிறிய ஒளியிலே பூத உருவில் யாரோ தலைவிரித்து, நீள் கரங்களைத் தொங்கவிட்டு நிற்பதுபோல் தோன்றும். மரத்தின் தொங்கும் விழுதுகள் நெளியும் நாகங்கள் போல் மருளூட்டும் ஒரு கணம். நீண்டு தொங்கும் சடைகள் போல் தோற்றமளிக்கும்.

சாதாரணமாகவே இப்படி அரண்டு மிரண்டு வருகிற மாடசாமியின் கண்களோ இல்லாத பலவற்றை வரைந்து காட்டின. முண்டாசு கட்டிய முறுக்கு மீசையான் சவுக்கு வைத்துக் கொண்டு நிற்பது போல் தோன்றியது அவனுக்கு. இலைகளூடே ஒடுங்கிக் கிடந்த பறவைகள் படபடவென்று சிறகடித்துக்கொண்டது அவன் அச்சத்தை அதிகரிக்கச் செய்தது. அவன் "அப்பனே... சாலைக்கரையா! நீதான் துணை' என்று கும்பிட்டான்.

வண்டி ஒடிக்கொண்டிருந்தது. திடீரென்று முத்தைய பிள்ளே விவரணையற்ற, தெளிவற்ற குரலிலே,

இமைபோல, உளறினர். பதறியடித்து அலறுவது போல தொனித்தது குரல்.

பயம் மாடசாமியின் புடதியிலேறி உட்கார்ந்து அழுத்தியது. திடுக்கிட்டு எசமான் என்ன எசமான்? என்று கேட்டபடி உள்ளே தலையைத் திருப்பினான் வண்டிக்கிறான்்.

“ஒண்ணுமில்லே. கண்ணை மூடியிருந்தேனா... தூக்கக் கிரக்கம். தூங்கியும் தூங்காததுமாக இருக்கையிலே என்னென்னவோ நினைப்பு, யாரோ என்னவோ கேட்ட மாதிரியிருந்தது. என்னவோ சொல்ல வாயெடுத்தேன். அதுதான்’ என்றார்.

‘சரி சரி.தடம் பார்த்து ஒட்டு. வண்டி வேகமாகவே போகட்டும். இந்தா, சாட்டைக் கம்பு வேணும்னாலும் வச்சுக்கோ என்று அவராகவே கொடுத்தா,

மாடசாமி வெளியே பார்வையைத் திருப்பினான். அவன் தேகம் நடுக்கிக் கொடுத்தது. உடலெல்லாம் புல்லரித்தது நடு ரோட்டில் கறுப்பாக எவனோ ஒரு சாயவேட்டிக்கிறான்் சுருட்டுப் பிடித்துக்கொண்டு நிற்பது அவன் பார்வையில் பட்டது ‘யாரய்யா அது, நடு ரோட்டிலே?” என்று கேட்க வாயெடுத்தான். துணி வில்லை. மாடுகள் முன்னே நகராமல் மிரண்டன. "ஹை...த்தா’ என்று உறுமினான். வலத்தன் காளை எதையோ கண்டு பயந்ததுபோல கலைந்தது.

‘மாடசாமி! ரோட்டோரமாக யாரும் நின்று விட்டு, வண்டியைக் கடக்க ரோட்டைத் தாண்டிக் குறுக்கே போறாகளோ?’ என்று கேட்டார் பிள்ளை. அவர் தேகம்

கூடப் புல்லரித்தது. ‘எழவு பனிவாடை என்னமாத் தானிருக்கு’ என்று முனங்கிக் கொண்டார்.

மாடசாமி மனசுக்கு நன்றாகத் தெரியும். அது ஆள் அல்ல. சாமிதான். ஆமாம். சாலைக்கரைத் தெய்வம். ‘சாமி, நீதான் காப்பாத்தனும் என்று மனமாற வேண்டியபடி, மாடுகளின் வாலை முறுக்கினன்.

‘ஏ ஏய்! எதிரே மோட்டாரு வாறாப்லே தோணுதே’ என்றார் பிள்ளை. எதிரே கண்ணெறிந்த மாடசாமி ‘அப்படித் தெரியலியே. வெளிச்சமே காணோம்’ என்றான்.

‘பின்னே? பளிச்னு வெளிச்சமடிச்சுதே, நல்லாக் கவனிச்சு ஓட்டு. அந்த வளைசலிலே கண்டாத் திரும்பி யிருக்கோ என்னமோ...சே, இது சீன்ட்ரம் புடிச்ச இடமாகல்லா யிருக்கு...வலத்தனை ஜாக்கிரதையாகக் கவனிச்சுக்கோ. கழுதை மிரளப் போவுது.’

வண்டிக்கிறான்ுக்கு வியப்பும் திகைப்பும். மோட்டார் லைட் ஒளியோ, சத்தமோ இல்லை. ஐயா மோட்டார், மோட்டார் என்கிறார்களே! அவனுக்குப் புரியவில்லை.

ஆலமரத்திலே குடியிருந்த கொக்கு இசைகேடாகக் கிளையில் நழுவியதனாலோ தூக்கம் கலைந்து விட்ட தாலோ, சிறகைப் படபடக்க வைத்து, கரகரத்த குரலில் ‘ஹர்ராங்’ என்று விசித்திரமாக ஒருதரம் கத்தியது. இரவின் ஆழத்திலே அமைதியின் கொலுவிலே, அந்த ஒற்றைக் குரல்கூடக் கோரமாகத்தான் ஒலித்தது.

மாடுகள் இக்கட்டான திருப்பத்தைஆலமர அடியை நெருங்கிக் கொண்டிருந்தன. 'எசமான், காரு வாறது போலத் தானிருக்கு' என்றான் மாடசாமி.

'காரு வறலே போலிருக்கே. அங்கேயே நிற்குதுன்னு நினைக்கிறேன். லைட்டை அணைச்சு அணைச்சுப் பொறுத்துதானா?...வெறும்பய எவன்லேய் அது?' என்று கத்தினர் பிள்ளை.

'எசமான்!'' என்று பயக்குரல் கொடுக்க நாவசைத்தான் மாடசாமி.

'பகடகபக்'பல்லி சிரித்தது.

'ஏ சுருட்டு! நடுரோட்டிலே நின்றுதான் சுருட்டுக் குடிக்கனுமோ?...காரு என்ன ரிப்பேராயிட்டுதா என்று கேட்டார் இன்ஸ்பெக்டர்.

சுருட்டுப் பொறி செக்கச் செவேரிட்டு ஜொலித்தது. அதைவிட ஜோராக 'கணகண' வென்று நெருப்புக் கங்குகள் போல் ஒளிர்ந்தன அந்த ஆளின் கண்கள். அவன் சிரித்தான். அந்த இருட்டில்கூட நட்சத்திரங்கள் மாதிரி டாலடித்தன பற்கள். பற்களுக்கு அவ்வித ஒளி எங்கி ருந்துதான் வந்ததோ!

பல்லி மிகவும் பலமாகச் சிரித்தது.

முத்தைய பிள்ளையின் உள்ளத்தில் உதைப்பு எடுத்தது. எதிரே நின்றது மனிதனல்ல என்பது அவருக்கு நன்றாகப் புரிந்தது. அவர் என்னவோ சொல்ல நினைத்தார்.

ஆனால் சொல்லவில்லை. அந்தக் கணத்திலே பல காரியங்கள் ஒரேயடியாக நிகழ்ந்தன.

மாடசாமி பளீரென்று சாட்டையடி கொடுத்தான் வலத்தன் காளைக்கு. பளிரென ஒளி வெள்ளம் அக்காளையின் மூஞ்சியில் பட்டுத் தெறித்தது. சடக் கென மூலை திரும்பிய மோட்டாரின் ஹெட்லைட் வெளிச்சம்போல் தெரிந்தது. மாடு மிரண்டது. அடிபட்ட வெறி. கலைசல், மிரண்டு துள்ளியது. வண்டியை இழுத்துக்கொண்டு துடித்து விலகியது.அது போனப்போக்கிலேயே சென்றது ஜோடிக்காளையும். மாடுகளை இழுத்துப் பிடிக்க முயன்றான் மாடசாமி. அவ்வேளையில் 'த்தா...இந்தாலே' என்ற அதட்டல் கேட்டது.

'ஏ ஏ...மடையா, இப்பவா அதட்டது?' என்று சீறினார், பிள்ளை.

'நான் அதட்டலே. நான் சத்தமே கொடுக்கலியே' என்றான் வண்டிக்கிறான்.

'பகபகபக்' என்று கௌளி கனைத்தது. சடாரென்று வண்டி குடை சாய்ந்து, பள்ளத்தில் சரிந்தது.

'எசமான்' என்று கதறியபடி துள்ளி, இருப்புச் சட்டத்திலிருந்து கீழே குதித்துவிட்டான் வண்டிக்கிறான்.

முத்தையபிள்ளைக்கு ஒன்றுமே புரியவில்லை. கூண்டிலே சடாரென அவர் மண்டை மோதிக்கொண்டதும், மூளையில் பொறி தெறிப்பது போலமூளையே கலங்கிப் போனது போல்இருந்தது அவருக்கு. வண்டி அந்தரடித்தது. தும்பு தெறிபட்டு, மாடுகள் விலகி ஓடி 'அம்மாவ்' என்று கதறின.

வண்டி ரோட்டுச் சரிவில் நழுவிப் புரண்டது. உள்ளேயே குலுக்கி எடுக்கப்பட்ட பிள்ளை வெளியே வந்து விழுந்தார். அவர் காதில், முண்டாசுப் பேர்வழி சிரிப்பது, கெக்கலித்துக் கேலி செய்து சிரிப்பதுபலமாக விழுந்தது. அருவி ஒலி போல் ஆரவாரித்துக் கொப்புளித்துக் குமிழியிட்டுத் துள்ளியது சிரிப்பொலி. அவர் தன் சுய நினைவை இழந்தார்.

மாடசாமிக்கு ஆச்சர்யமாக இருந்தது. அவனுக்கு சிறு அடிகூடக் கிடையாது. மாடுகள் காயம் படாமலே தப்பி விட்டன. வண்டிக்குக் கூடச் சேதமேற்பட வில்லை. அரிக்கன் லாம்புச் சிமினி தூள் தூளாகியிருந்தது தான் நஷ்டம். ஆனல் முத்தைய பிள்ளைக்கு பலமான அடி.

வண்டிக்கிறான் ் தன்னைச் சமாளித்துக் கொண்டதும், முதலில் செய்த காரியம் சாலைக்கரையான விழுந்து கும்பிட்டதுதான். பிறகு ஓடிப் போய், சிவகளை கிராமவாசிகள் பலரை எழுப்பி, கூட்டி வந் தான். எல்லோரும் சேர்ந்து வண்டியைத் தூக்கி ரோட்டில் விட்டனர்.

இன்ஸ்பெக்டர் தானகவே எழ முயன்றும் முடியவில்லை. இடுப்பில் பலமான காயம். மண்டையிலும் அடிபட்டிருந்தது. 'ஸ்...அம்மா' என்று

படுத்துவிட்டார். அவரை மெதுவாகத் தூக்கி யெடுத்து வண்டியில் கிடத்தினர். தலையணையைப் பதனமாக அண்டைக் கொடுத்து அவருக்கு உதவி புரிந்தனர்.

மாடுகள் ஓரத்திலேயே நின்றன. பிறகு அவை கலையவே இல்லை. அவற்றை வண்டியில் பூட்டி, மெதுவாக ஓட்டத் தொடங்கினான் மாடசாமி. இப்போது அவன் உள்ளத்தில் திகில் இல்லை. வியப்பும் பக்தியும் தான் மேலிட்டிருந்தன.

"என்னயிருந்தாலும், இது சக்தியுள்ள தெய்வம் தான். சாமி கருணையுள்ள சாமியும்கூட. ஆளைச் சாகடிக்கிறது கிடையாது. சரியானபடி பாடம் கற்பித்து, வாழ்வு பூராவும் தன்னை மறக்கவிடாமல் செய்து விடுவதுதான் சாலைக்கரையான் குணமாக இருக்கு' என்று நினைத்துக்கொண்டான் அவன்.

கடைசிச் செவ்வாயன்று கோழி கொடுப்பது மட்டுமல்ல, பொங்கலும் இட்டுவிடவேண்டியதுதான்; தனக்கு எவ்விதமான ஆபத்தும் ஏற்படாதது தெய்வக் கருணைதானே என்று மகிழ்ந்து போனான்ன் மாடசாமி.

முத்தையபிள்ளைக்கு இடுப்பில் ஏற்பட்ட பலமான காயம் அவரைப் படுக்கையில் கிடத்திவிட்டது. அவர் டாக்டர் ஸர்டிபிகேட் பெற்று, வாதம் பலமாகப் பிடித்து படுக்கையில் தள்ளிவிட்டதால் வேலை செய்ய இயலவில்லை என்று மூன்று மாத லீவுக்கு மனுச் செய்து விட்டார்.

அத்துடன், மேலதிகாரிக்கு தனியாக ஒரு கடிதம் எழுதினர். தன்னை வேறு இடத்துக்கு மாற்றிவிட

வேண்டுமென்று தயவாகக் கோரியிருந்தார் பிள்ளை "சாலைக்கரையான் சக்தியுள்ள தெய்வம்தான். சந்தேகமேயில்லை என்று தெளிவாகப் புரிந்தது அவருக்கு. தன்னைக் கொல்லாமல் விட்டதற்காக நன்றி செலுத்தி பிரமாதமான பூஜை போட்டார், அந்தத் தேவதைக்கு.

விரையும் கரையும்

'விரை ஒன்று போடச் சுரை ஒன்று முளைக்குமா?' - பழமொழி.

விரை ஒன்று போட்டு, அதிலிருந்து சுரை முளைக்கச் செய்வது மட்டுமல்ல; பரங்கிப் பூ பூக்க வைத்து, பீர்க்கங்காய் காய்க்கும்படி செய்து, வெள்ளரிப்பழம் பழுக்கும்படி பண்ணுகிற அற்புத வித்தை பூலோகத்தில் நடைபெறுகிறது. அதுதான் சினிமா. - யுகதர்மம்.

விரை தூவு படலம்

டைரக்டர் புரட்யூஸர் ஸ்ரீமான் சோணாசலம் சினிமாப் படம் பிடிக்க வேண்டும் என்று விரும்பினார். தாங்களும் சேர்கிறோம் என்று சில நண்பர்கள் அவர் கூடப் பணம் போட முன் வந்தார்கள். ஒரு மாதிரியாக, இன்னின்ன ஸ்டார்கள்தான் நடிக்க வேண்டும் என்று பேசி முடித்தார்கள்.

'ஸேரி, எந்தக் கதையை படம் பிடிக்கலாம்?' என்று ஆராய்ந்தார்கள். பெரிய எழுத்துப் புராணங்களை யெல்லாம் துருவி ஆராய்ந்து கைவிட்டுவிட்டு, வெற்றி கரமாக ஓடுகிற எந்தப் படத்தையாவது காப்பியடிக்கலாமா என்று ஆலோசிக்கும் நிலையை எய்தினர்.

'சாகாத காதல் சிறந்த கதை என்று பட்டது. கதைப் பொறுப்பு சோணா அவர்களிடமே ஒப்புவிக்கப் பட்டது.

சோணா இரவு பகலாக உட்கார்ந்து அதையும் இதையும் பார்த்து ஒரு தினுசாகக் கதையை உருவாக்கினார்.

கதை ஆச்சு. வசனம் எழுதியாக வேண்டாமா? அதற்கு ஒரு ஆளைத் தேடிப் பிடித்தார்கள். அவர் கதையைப் படித்துப் பார்த்தார். 'கதை எப்டி?'

'ரொம்ப அபாரம், ஸார்!'

'நானே எழுதினேன்' என்று கனைத்தார் முதலாளி டைரக்டர்.

'அதனாலே தான் அபாரமா அமைஞ்சிருக்கு என்று கூடச் சேர்ந்து கனைத்தார் வசன கர்த்தா 'கோவலன்'.

கதையின் பெயர்தான் 'சாகாத காத'லே தவிர, கதையில் ஒரு டஜன் சாவுகள் வருகின்றன. எல்லா சினிமாக் கதைகளையும் போலவே, இதுவும் கதாநாயகனும் நாயகியும் கோவணமும் அரைமுடியும் கட்டித் தவழ்ந்து விளையாடுகிற பிராயத்திலேயே ஆரம்பமாகி விடுகிறது. இருவரது பெற்றோர்களும் 'இது தான் மாப்பிள்ளை. இது தான் பொண்ணு' என்று பேசுகிறார்கள். பிறகு வேட்டி கட்டிய பயலும், பாவாடை கட்டிய 'புள்ளெ'யும் ஒன்றாகச் சேர்ந்து, புருஷன் பெண்டாட்டி விளையாட்டு விளையாடுகிறார்கள். இப்படி வளர்கிறது கதை.

இருவரும் பெரியவர்களாகி விடுகிறார்கள். காதல் கருங்கல் பாறைமாதிரி வளர்ந்துவிட்டது. வழக்கம் போல், பெண்ணின் பெற்றோர்கள் வேறிடத்தில் மாப் பிள்ளை தேடுகிறார்கள். பையன் அவளை எப்படியும்

திருமணம் செய்தே தீருவேன். எங்கள் காதல் சாகாது என்று சொல்கிறான்.

ஆனால் கல்யாணம் நடந்து விடுகிறது. மணமகன் பிணமகனாகிறான். திருடர் கூட்டம் வந்து மாப்பிள்ளை யைக் கொன்றுவிட்டது. திருடர் தலைவன் பெண்ணை அபேஸ் செய்துகொண்டு ஓடிவிடுகிறான். கதாநாயகன் என்ன இதுவரை துங்கிக்கொண்டிருப்பான் என்று நினைக்கிறீர்களா? மாப்பிள்ளையை திறமையாக ஒழித்துக்கட்ட வழி என்ன என்று கேட்டு காளி தேவியை நினைத்து பூஜை செய்தான். காளி வந்தாள். 'துார தொலைவிலே உள்ள விஷப் பூ ஒன்றை எடுத்து வந்து கல்யாணப் பரிசாக மணமகனுக்குக் கொடு. அதை மோந்து பார்த்ததுமே ஆள் ''அவுட்டாயிடுவான்' பிறகு சுபம், மங்களம்தான்' என அருள் புரிந்தாள்.

விஷப் பூ தேடிப் போன காதலனுக்கு எவ்வளவோ விபத்துகளெல்லாம் வருகின்றன. கத்திச் சண்டை, சிலம்படி, துள்ளல், தாவல், கொல்லுதல்களுக்கெல்லாம் தாராளமாக இடம் வேண்டாமா? ஒருமட்டும், விஷப் பூ கொய்து எடுத்து வரும்போது தான் காதலிக்குக் கல்யாணம் நடக்கிறது என அறிந்தான் அவன். வேகமாக ஓடிவந்தான். அதற்குள் மணமகன் காலி! காதலி அபேஸ்!

அவ்வளவுதான். மாயமாகக் கிடைத்த குதிரை மீது ஏறி, திருடனைப் பிடிக்க ஒடுகிறான், காதலன். தனியாகத்தான். இரவு எல்லோரும் தூங்கும்போது ஒவ்வொருவர் மூக்கிலும் விஷமலரைக் காட்டிவிடவே, அத்தனைபேரும் குளோஸ்!'

‘நாதா. நீங்களா?’ என்று துள்ளித் தாவுகிறாள் புள்ளி மயில். எதிர்பார்த்த முத்தம்!

‘ஆ, இதென்ன அழகான புஷ்பம்! என்று பிடுங்க முயல்கிறாள் காதலி. அவன் கொடுக்க மறுக்கவே இவள் கோபம் கொள்கிறாள். எங்கிருந்கோ வந்த அம்பு அவளை ‘சட்னி’ யாக்கி விடுகிறது; அவன் ஒப்பாரி கீதம் பாடுகிறான்.

‘அழாதீர் அன்பரே! அவள் செத்தாள். நான் இருக்கிறேன்’ என்று முன்னே வந்து நின்றாள் பச்சை மயில் வடிவத்தாள் பதுமை போன்றாள்!

அவன் விஷப் பூ தேடப் போனபோது வழியில் அகப்பட்ட சரக்கு இது கிடைத்தவரை லாபம் என்று காதல் பண்ணி மகிழ்ந்த கதாநாயகன், காதலியைக் கைவிடப் பார்த்தான். அவள் விடுவாளா? தேடிவந்து ஜோடிப் புறாவைக் கொன்று போட்டுக் கூடிவிடத் துடித்தாள்.

“இந்த அழகான மலரை அவளுக்கா கொடுக்க நினைத்தீர்கள்? என்று ஆசையோடு எடுத்து மோந்தாள். அந்தோ, அவளும் சிவலோக பிராப்தி அடைந்தாள்.

கதாநாயகன் எங்கள் காதல் சாகாது. இது சாகாத காதல், என்று ஒரு மைல் நீள லெக்சரடித்து 'கொசுருக்கு ஒரு பாட்டும்' பாடிவிட்டு விஷமலரை மோந்து பார்த்து விழுந்து சாகிறான்.

'இதற்கு விஷப் பூ என்று பெயர் வைக்கலாமே. என்றார் வசனகர்த்தா. 'கூடாது கூடாது. காதல் அதிலும், சாகாத காதல் என்றால் தான் கும்பல் கூடும். மாஸ் மைண்டு எங்களை மாதிரி பீல்டிலே இருக்கிறவங்களுக்குத்தான் தெரியும் என்று சொன்னார் டைரக்டர் முதலாளி சோணாசலம்.

மூளை காண் படலம்

சில மாதங்கள் ஓடிவிட்டன. 'சாகாத காதல்' பட விளம்பரங்கள் சில வந்தன. வசனகர்த்தா எல்லாம் எழுதி முடித்து விட்டார். எனினும் படம் பிறக்கவில்லை.

திடீரென்று ஒருநாள் பட முதலாளி வசனகர்த்தாவிடம் சொன்னர் :

"நீங்க எழுதியிருக்கிறது சரி. ரொம்ப நல்லாயிருக்கு. ஆனா சில சீன்களே மாற்றியாக வேணும். நாங்க எல்லோருமாகக் கூடி யோசித்ததிலே இந்த முடிவுக்கு வந்தோம்.'

அதுக்கென்ன! திருத்தினால் போச்சு!' என்றார் 'கோவலன்'. அத்துடன் சிறிது 'முந்திரிக்கொட்டைத் தன'மும் செய்தார்: 'என்ன திருத்தம்? சின்னப்பிள்ளை களாக இருந்தே கதை ஆரம்பிக்கிறதே. அதைவிடப் பெரியவர்களாக வளர்ந்த பிறகிருந்து..."

'சேச்செச்சே!' என்று குறுக்கிட்டார் சோணா. அது அப்படியே இருக்கவேண்டியதுதான். அதிலே கூட எட்டு

வயசுப் பையனும் ஆறு வயசுப் பெண்ணும் தோட்டத்திலே சந்திச்சு லவ் டயலாக் பேசும்படியாக...'

'லவ்வா! எட்டு வயசுப் பையனுக்கும் ஆறு வயசுப் பெண்ணுக்குமா? நடக்க முடியாதே ஸார்!' என்று அங்கலாய்த்தார் வசனகர்த்தா. 'நடக்குது ஐயா, நடக்குது. ஹிந்தியிலே அமர காதல்னு ஒரு படம் வந்துதே. அதை நீங்க பார்க்கலே போலிருக்கு மாஸ் மைண்டு இருக்குதே...'

'சரி சரி. அப்படியே எழுதிப்போடுவோம்.'

'இன்னைக்கு ராத்திரியே நீங்கள் எழுதிக் கொடுத்திரனும். நாளன்னைக்கு ஷூட்டிங் வச்சிருக்கோம்!"

அதெல்லாம் எழுதிவிடலாமுங்கேன்!"

'அது சரி. வேறே சில கரெக்ஷன்ஸ் செய்யணும்'

'சொல்லுங்க', 'கள்வர் தலைவன் வந்து மாப்பிள்ளையைக் கொல்றதை விட, காதலனே கத்திச் சண்டை செய்து கொன்றால் நல்லாயிராது?'

'அப்போ விஷப் பூ?'

'ஓ, அது வேறே இருக்கு பார்த்திகளா! ஆனாக் கடைசியிலே காளிதேவி வந்து செத்தவங்களையெல் லாம் பிழைக்க வச்சிடுறாள்னு எழுதணும்'.

'இதென்ன கஷ்டம்! எழுதிவிடலாம் ஸார். திருட்டுப் பசங்க, மணமகன், அவன் இவன் எல்லோரையுமே பிழைக்க வச்சிடுவோம்.

'சேச்சே! நீங்க என்ன! மாஸ் மைண்டு தெரியாமப் பேசுறீர்களே! காதலன், காதலி, வடிவழகி மூணுபேரு மட்டுமே பிழைக்கனும். இவங்களைத்தான் காளி உயிர்ப்பிக்கணும் .

"சரிதான்.

'கடைசியிலே, ஒரு லவ் ஸீன் பிரமாதமா இருக்கனும் டயலாக் என்ன?'

'ஒ யெஸ் ஸார்.

சுரை எழு படலம்

பல மாதங்கள் பறந்தோடின. சில ஸீன்கள் ஷூ ட்ட்டிங் நடந்து டப்பாவில் பிலிம் சுருள்கள் தூங்கின.

சோணாசலம் சொன்னர் : 'கதையை எவ்வளவோ மாற்றிவிட்டோம். திருடனுக வரும் காட்சிகளையே நீக்கிவிட்டோம். மணமகனுக்கு பிறவியிலேயே ஒரு வித வலிப்பு இருந்தது. அதனால் அவன் செத்துப் போனான். புஷ்பம் எடுத்து வந்த காதலனை வடிவழகி காதலிக்கிறாள். அவனை விடமாட்டேன் என்கிறாள். முதல் காதலி புள்ளிமயிலிக்குக் கல்யாணமாகிவிட்டது என்று சொல்கிறாள். ஒருநாள் காதலன் வேட்டைக்குக் கிளம்புகிறான். அங்கே கானக்குயிலியைக் கண்டு

கருத்தழிகிறான். காமுற்று அவளே அணையத் தாவும் போது சிலையாகிவிடுகிறான். புள்ளிமயிலி காதலனைத் தேடி வருகிறாள். சிலை தென்படுகிறது. இனம் கண்டு துயருற்று மூர்ச்சையாகிறாள். காளிதேவி கருணை கூர்ந்து சிலையை மனிதனாக்குகிறாள். அவன் மயிலியை அள்ளியெடுத்து 'அடி புள்ளியே, என் உள்ளம் கவர் கள்ளியே! வள்ளி மடமானனைய புள்ளிமயிலியே' என்று ஒரு பாட்டுப் பாடுகிறான். இந்தப் பாட்டு ரொம்பப் பிரமாதம், போங்கள்! நம்ம ஹீரோத் தம்பி ரொம்ப ஜோராகப் பாடியிருக்குது... இதுக்குள்ளாற, வடிவழகி வந்து, கோபம் கொண்டு அம்பெய்து மயிலியை தொலைத்து விடுகிறா. பிறகு ஒரிஜினல் கதை மாதிரித்தான்...படம் வந்ததும் பாருங்களேன் பிரமாதமாக இருக்கும்.

பரங்கி வளர் படலம்

'சாகாத காதல்' விதை ஊன்றி ஒரு வருஷம் முடிந்துவிட்டது. ஏறக்குறைய பாதிப் படம் தயாராகி விட்டது என்று சொல்லிக் கொண்டார்கள். ஒன்றிரு விளம்பரங்கள் பத்திரிகைகளில் தலைகாட்டின.

சோணாசலம் 'கோவல'னிடம் கூறினார்: எவ்வளவோ மாறுதல்கள் செய்திருக்கிறோம். நீங்க எழுதிக் கொடுத்ததிலே எவ்வளவோ திருத்தங்கள் செய்திருக்கிறோம். சில ஸீன்களே விட்டிருக்கிறோம். புதுசா வேறே சேர்த்துமிருக்கிறோம். புள்ளிமயிலியை வடிவழகி கொல்ல வேண்டாம். ரெண்டு பேருக்கும் வாக்குவாதம் நடக்கிற மாதிரி எழுதணும். மாஸ் மைண்டு அதை ரொம்ப ரசிக்கும். குலேபகாவலியிலே சக்களத்தி போராட்டம், சகல பேருக்கும்

கொண்டாட்டம்னு வருமே, அது மாதிரி ரொம்ப ஜோராக எழுதுங்க.''

பீர்க்கங்காய் படலம்

இரண்டு வருஷங்களுக்குப் பிறகு.

'இன்னும் இரண்டு மாதங்களில் 'சாகாத காதல்' வெளியாகி விடும்' என்று விளம்பரங்கள் கூறின.

'முக்கால்வாசிக்கு மேலேயே முடிந்து விட்டது. இன்னும் கொஞ்சம் தானிருக்கு. கதாநாயகனுக்கு ஒரு நண்பனை சிருஷ்டிச்சு, அவனுக்கு ஒரு காதலியையும் உண்டாக்கியிருக்கிறோம். நம்ம நகைச்சுவை டிக்டேட்டர் தான் நண்பனாக நடிக்கிறார். அவர் ஜோடிதான் அவருடைய காதலி. அவருக்குத் தேவையான கதை, வசனத்தை அவரே எழுதிக்கிட்டாரு...நீங்கள் எழுதினதிலே சிலதை விட்டுவிட்டோம். சில இடங்களில் புதுசாச் சேர்ந்து...படம் வந்ததும் பாருங்களேன். பிரமா தமாக இருக்கும்' என்றார் சோணா.

'சரிதான் என்று இழுத்தார் வசனகர்த்தா 'கோவலன்'.

வெள்ளரி பழுத்த படலம்

இரண்டரை வருஷங்களுக்குப் பிறகு, தடபுடலாகத் திரையை எட்டிப் பார்த்தது 'சாகாத காதல்'.

படத்தைப் பார்த்த கோவலன் தியேட்டரிலேயே மூர்ச்சை போட்டு விழாமலிருந்தது அவர் உடலின்உள்ளத்தின் தெம்பு அதிகம் என்பதைப் புலனாக்கிற்று.

ஆரம்பத்தில் எழுதியிருந்த கதைக்கும், திரையில் வத்திருந்ததற்கும் எவ்வளவுக்கு எவ்வளவு தூரம்! எத்தகைய வித்தியாசம்!

பல இடங்களில் ஒலித்த வசனம், தான் எழுதி யிருந்ததுதானா என்ற சந்தேகத்தை எழுப்பியது அவருக்கு. அவர் எழுதிக்கொடுத்த வரிகள் சில, வார்த்தைகள் பல, அங்கங்கே ஒலிக்காமற் போகவில்லை!

விஷயமறிந்த 'கோவலன்' முனங்கிக் கொண்டார்: 'இங்கு மட்டுமென்ன! ஹாலிவுட்டிலும் இதே கதைதான். முதலாளிகள் வைத்தது குடுமி. அவர்களாகவே சிரைத்துவிடுவது மொட்டை உலக வழக்கமே இது. நாமென்ன செய்ய முடியும் ?'

தெளிவு

அவன் ஒரு கைதி.

அவன் பெயரைப்பற்றி மற்றவர்களுக்குக் கவலை கிடையாது. அவனுக்கே அவன் பெயர் மறந்து போனா லும் போயிருக்கும்.

அவன் மீது எத்தனையோ குற்றச்சாட்டுகள். அவனுக்கு கடுங்காவல் தண்டனை விதித்தது சட்டம். கம்பிகளின் பின்னே, இருட்டறையினுள் தள்ளப்பட்ட அவன் இன்னும் பல கைதிகளைப் போலவே சுரங்க வேலை செய்ய நியமிக்கப் பெற்றான்.

தங்கம் விளையும் பிரதேசத்தில், தங்கச் சுரங்கத்தை அடுத்திருத்தது அந்தச் சிறை, பூமியின் இருட் குடலினுள் புகுந்து தங்கக் கனிகளைப் பெயர்த்து, பொன் திரட்டும் பணிக்கு பல கைதிகளை தகுந்த கண்காணிப்புடன் நியமிக்கும் வழக்கம் இருந்த காலம் அது.

பூமியின் இருள் வயிறு போன்ற சுரங்கத்தினுள் அவனும் போனான். அவன் கைதி. அவனுக்குப் பெயரில்லை. ஒரு எண் இருந்தது. அறுபத்தைந்து. அந்தச் சூழ்நிலையில் அது தான் அவன் பெயர்.

எங்கோ கொண்டு வந்து நிறுத்தப்பட்ட குழந்தையைப் போல் விழித்தான் அவன். வெளியுலக வெளிச்சத்திலிருந்து இருளின் ஊற்றான பாதாளத்தில் புகுத்ததும் குருடாகிப் போனது போல் தோன்றிய

கண்கள் மெதுமெதுவாக இருளில் ஒளி காணப் பழகின. சூட்டால் ஆவி கக்கி பூமிக்கடியில் நெளியும் வாயுக்களுக்கு சூடேற்றி வெடிக்கவோ தீ உண்டாக்கவோ துணை புரியும் செயலற்ற தனிமுறை விளக்குகள் சுரங்கத் தொழிலாளிகளுக்குச் சிறிது ஒளிகாட்ட முயன்று கொண்டிருந்தன. கண்களை மூடி மூடித் திறந்து, பார்வைக்கு இருள் பழகிப் போகவும், மங்கல் ஒளியின் உதவியால் சூழ்நிலையை ஆராய முயன்றான் அவன்.

செய்ய வேண்டிய தொழில் என்ன, எதெதை எப்படி யெப்படிச் செய்ய வேண்டும் என்றெல்லாம் போதிக்கப்பட்டிருந்தது அவனுக்கு. அவன் உடலில் பலமிருந்தது. எந்த வேலையையும் அவனால் செய்ய முடியும். பாறைகளைப் பெயர்த்து தங்கம் சேர்ப்பது கஷ்டமான காரியமல்ல. அவன் அவ்விதமே நினைத்தான்.

தங்கம் விளையும் இடத்திற்கே போய் தங்கத்தை வெட்டிச் சேர்க்கலாம் என்றவுடன் அவனுக்கு அதிக உற்சாகம் ஏற்பட்டிருந்தது. தனது கைவழியாகத் தங்கம் தண்ணிர் பட்ட பாடாக அதிகம் புரளும். பளபளப்பு மங்காத புதிய நாணயத்தைக் கையில் வைத்து, பார்த்துப் பார்த்து மகிழ்ந்து போகிற சிறுவர்கள் மாதிரி, அசல் தங்கத்தை வைத்துக் கொண்டு வேடிக்கை பார்த்துக் களிக்கலாம்.

அவனுக்கு ஆசை அதிகரித்தது.

தங்கம் சுரண்டப் பெற்று வெற்றிடங்களாகிவிட்ட பகுதிகளைக் கடந்து, சுவர்கள் போல் பாறைகள் நெடிதுயர்ந்து நின்ற பிராந்தியங்களையும் தாண்டி,

கவிந்து சூழ்ந்த பாறைகளின் இடையிலே புகுந்தான் அவன். இன்னின்னார் இந்த இந்தப் பகுதிகளில் வேலை செய்ய வேண்டும் என்று பிரித்து நிறுத்தப்பட்டனர்.

தங்க ரேகைகள் ஆறுகள் போலவும் கிளைகள் போலவும் பாறைகளில் ஓடிக் கிடப்பதை அவன் உணர முடிந்தது. ஆழ்ந்த இருளிலே பளபளச் சிற்றொளி மின்வெட்டி அலை புரளும் கருங்கடலைப் போல், பொன் னொளி விளக்கின் சுடர் பட்டுப் பளிச்சிட்டுத் திகழ்ந்தன நெடும் பாறைகள். தொழிலாளிகள் முந்திய தினங்களில் வெட்டிக் கொத்திப் பெயர்த்த சுவடுகள் நன்கு தெரிந்தன. தரையில் கட்டிகளும் தூள்களும் சிதறிக் கிடந்தன.

அவனும் தனது கையுளியால் பாறையைக் கொத்தினான். கல்லுடைத்துத் தங்கம் பறிக்க அமைந்த தனிக் கருவியினால் பலமாகத் தாக்கினான், தனது எதிரியை வேரிலேயே கிள்ளி வீழ்த்த எறிகிற தாக்குதல்களே தன் கைவீச்சு ஒவ்வொன்றும் எனக் கருதினான். ஆவேசமாய் அலுவலில் ஈடுபட்டான் அவன்.

பூமிக் குடலின் இருள் ஆழத்திலே அமைதியும் அந்தகாரமும் நிறைந்த அடித்தலத்தில், டொக் டொக் என்று பாறைகளில் மோதிய இரும்பு ஆயுதங்கள் ஒலி எழுப்பின. கட்டிகள் விழும் ஓசை எழும்: பொடிகள் சரியும் சத்தமும், துண்டு துணுக்குகள் சிதறும் ஒலியும் கலக்கும். மனிதர்கள் யந்திரங்களென உழைத்தாலும், மனிதர்கள் உள்ளத் துடிப்பும் எண்ணும் திறனும் ஒடுங்கியா கிடக்கும்?

அவன் அறுபத்தைந்தாம் நம்பர் கைதி உழைத்துக் கொண்டிருந்தான். அவன் மனத்திரையில் அவனது

வாழ்வுச்சரிதையின் சாயைகள் தொடர்பிலாப் புகை உருவங்களாய் தோன்றி மறைந்தன.

பூமியின் அடியில் இருள் நிலத்திலே விளையும் பொன்னைக் கொத்தி எடுக்க வேண்டிய நிலைக்கு அவன் வந்ததே ஆதியில் அவனைப் பற்றிய பொன்னாசை காரணமாகத்தான். திருட்டுக் குற்றம் அவனைக் கைதியாக மாற்றியது. கைதி நாளடைவிலே சுரங்கத் தொழிலாளியாக நேர்ந்தது.

அவனுக்கு நன்றாக நினைவிருந்தது அவனுடைய முதல் திருட்டு; தெருவில் நடந்து கொண்டிருந்தான் அவன். ஒரு வீட்டு நடையில் குழந்தை ஒன்றிருந்தது. சின்னஞ் சிறு குழந்தை. அதன் அழகு அவனைக் கவரவில்லை. அதன் கழுத்தில் கிடந்த தங்கச் சங்கிலி அவனை வசீகரித்தது. அவன் அதன் முகத்தைப் பார்த் தான். களங்கம் என்பது என்னவென்றறியாத அக்குழந்தை செவ்விய அந்திவானில் தொத்திக் கிடக்கும் இளம் பிறை போன்ற சிரிப்பை நெளியவிட்டது முகத்தில். தான் கண்ட வேடிக்கை எதையோ அவனிடம் தன் சங்கேத பாஷையில் அறிவிக்க முயன்றது. அவன் அங்குமிங்கும் பார்த்தான். மிரள விழித்தான். குழந்தை பயந்து அழக் கூடாதே என்பதற்காக அவனும் பதிலுக்குச் சிரித்தான். கலவரத்தைத் திரைபோட்டு மூட முயன்ற வறண்ட சிரிப்பு. குழந்தையருகில் போனான். அது அதிகம் சிரித்தது. எப்படியோ பராக்குக் காட்டி நகையை 'அபேஸ் செய்து' விட்டான். அப்புறம் குழந்தை அழுததோ?...அம்மா, அம்மா என்று கத்தி யதோ?...அவனுக்கு நினைவில்லை. குற்றம் செய்து துடித்த நெஞ்சுடன், தப்பவேண்டும் என்ற துடிப்புடன்

வேகமாக நடந்து சந்து பொந்துகள் வழியாகயெல்லாம் திரிந்து மறைந்தான்.

இப்போது அவனுக்கு மாசுமருவற்ற குழந்தை முகம் வைகறைப் போதிலே முழுதலர்ந்த இனிய புஷ்பம் போன்ற அழகு வதனம் பனிப்படலமாக நினைவில் எழுந்தது. அதை மறக்கத் தலையை ஆட்டிக் கொண்டான் அறுபத்தைந்தாம் நம்பர் கைதி:

அவன் முகத்தில் வேர்வை முத்துக்கள் துளிர்த்தன. அவன் பலமாக, வேகமாக, விடாமல் தொடர்பாக, ஒரே எண்ணமாய் பாறையைக் கொத்துவதில் முனைந் திருந்தான். அவனது கை நரம்புகள் புடைத்தன. புஜங்களின் தசைக் கூட்டங்கள் விம்மின. அவன் தன்னை, தன் நினைவுகளை, மறந்துவிடத் தீவிரமான உழைப்பில் ஆழ்ந்தான்.

ஒரு நாள் போல் மறுநாள். நேற்று போல் இன்று. உழைப்பு ஒய்வு உழைப்பு உறக்கம். பகல்கூட அரை இரவுபோல்தான் தோன்றியது. பூமிக்கடியிலே. ஆனாலும் அவன் இறந்த காலத்தை மறந்துவிட இயலவில்லை.

ஒரு சின்னப் பெண்ணின் கைவளைகளைத் திருடி யிருக்கிறான் அவன். அது கதறத் தொடங்கியதும், பூப்போன்ற அதன் கன்னங்கள் கொதிக்கும் எண்ணெயில் போடப்பட்ட பூரிகள் போல் சிவந்து உப்பி விடும் படியாகப் பேயறை அறைந்துவிட்டு ஓடியிருக் கிறான்.

தனது தாய் கழற்றி வைத்த தங்கச் சரட்டை ‘அமுக்கிச் சென்று’ பணமாக்கியிருக்கிறான், தன் மனைவியின் நகைகளைக் கழற்றி விற்று, குஷாலாகச்

செலவழித்திருக்கிறான். ஒருசமயம் ஓர் இரவைக் கழிக்க உதவிய தாசி ஒருத்தி வீட்டில் கைப் பெட்டியிலிருந்து நகைகளைத் திருடியவன் தான் அவன்.

அப்போதெல்லாம் தங்கம் அவனுக்கு மதிப்பு மிக்கது. மிக உயர்ந்தது. இன்பங்களை விலைக்கு வாங்க உதவுகிற மாயச் சரக்கு. நாகரிக ஆடம்பரங்களுக்குத் துணை நிற்கும் ஜம்பச் சாமான். அவன், பூலோகவாசிகள் பெரும்பாலோரைப் போலவே, தங்கத்தை கடவுளாகக் கும்பிட்டான். உலகில் தன்னை உய்வித்து வாழ வைக்கக்கூடிய மருந்து அதுதான் என்று நம்பினான். அதை எந்தவிதத்திலேனும் பெறுவதே அவனது வாழ்க்கை லட்சியம். அதற்காகவே வாழ்ந்தான் அவன். அதனால் அடிக்கடி சிறை செல்லவும் நேர்ந்தது. விடுபட்டு வந்ததும், அவன் வாழ்க்கை நடத்த வேண்டியிருந்தது. அதற்காக மறுபடியும் திருடுவான். அவன் வாழ்வில் அவனைப் பிசாசாகப் படுத்தியது பொன்.

தங்க ரேகைகள், சிவந்த மேனியில் பளிச்செனப் புலனாகும்படி ஓடுகிற நீல நரம்புகள் போல், தனியொளி யுடன் நெளிந்து மிளிரும் பாறைகளைக் கொத்தி பொன் வெட்டும் கைதி பெருமூச்செறிவான் அடிக்கடி. அவன் அனுபவங்கள் எண்ணச் சாயைகளாக பூத உருவில் எழுந்து அவனை வதைத்தன. அவன் பார்வை சுழலும்.

தங்கம் மண்ணாங்கட்டிகள் போல் மதிப்பற்றுக் கிடந்தது அங்கே. புழுதியாய் படிந்து ஒவ்வொருவர் காலிலும் மிதிபட்டது. தூசியாகப் பறந்து எங்கும் ஒட்டிக்கொண்டிருந்தது. அதற்கு உயர்வு இல்லை. மதிப்பில்லை. தனிச் சிறப்பில்லை. உழைப்பவர்கள்

அதைப் பாதுகாத்துப் பதுக்க முயலவில்லை. அதன் காந்த சக்தியால் கவருண்டு வாய் பிளக்கவில்லை. அவர்களுக்கு அதுவும் சாதாரணமான இயற்கைப் பொருளாகவே தோன்றியது. அவர்களது இரும்புக் கருவிகள் பாறைகளில் மோதி எழுப்பிய சிற்றொலிகள் தான் 'டொக்கு டொக்'கென்று சிதறி எதிரொலிக்கும். அவர்கள் பேசுவதில்லை. கருமமே கண்ணாகிவிடும் மந்திரங்கள் போல் உழைத்தார்கள். அவர்களுக்கு உழைப்பு ஒரு தண்டனை. தண்டனைதான் அவர்கள் வாழ்வு. அவர்களில் ஒருவன்தான் அவனும் அந்த அறுபத்தைந்தாம் நம்பர் கைதி.

ஒரு நாளைப்போல் ஒரு நாள், என்றும் ஒரே நியதி. எப்போதும் ஒரே இயந்திர இயக்கம். எனினும் அவன் மனதிலே மாறுதல் ஏற்பட்டுக்கொண்டிருந்தது. அவன் உள்ளத்தில் ஓர் தெளிவு மலர்ந்தது. எண்ணத்தில் புதுமை புஷ்பிக்கத் தொடங்கியது.

தங்கம்கூட வெறும் மண் மாதிரித்தான். மண்ணின் ஆழத்தில், இருளின் குடலிலே பாறைகளின் அழுத்தத் திடையே பிறக்கும் பொருளான இது புழுதியாகச் சிதைவுறுகிறது இங்கே. அதற்கு மதிப்பு கொடுப்பது மனிதன்தான். பின் அதுவே மனிதனை மயக்கி, ஆட்டி வைக்கும் மோகினியாகி விடுகிறது.

அவன் உதற முடியாத அந்த மோகினியின் வலையில் சிக்குண்டு எத்தனை பாபங்கள் செய்திருக்கிறான்! நிறைய நகைகள் அணிந்திருந்த சிறுமிக்கு மிட்டாய் கொடுத்து ஏய்ப்புக்காட்டி அழைத்துச் சென்று, நகை களைத் திருடிப் பின் சிறுமியின் கழுத்தை நெரித்துக் கொன்று உடலைப் பாழுங்கிணற்றிலே வீசி எறிந்ததை எண்ணவும் அவன்

இதயம் வேதனையுற்றது. எத்தனை வீடுகளில் அவன் கன்னக்கோல் வைத்திருக்கிறான்! எவ்வளவு பெண்களின் காதுகளை அறுத்து அணிகளைப் பிடுங்கியிருக்கிறான்!

அவனை வெறியனாக்கிய தங்கம் பூமிக்கடியில் மண்ணாய் பொடியாய் காலில் மிதிபட்டு அலட்சியப்படுத்தப் படுவதை உணர உணர அவனுக்கு புத்தி குழம்பியது. இந்த அற்ப உலோகத்துக்காக அவன் செய்யாத பாபங்கள் இழைக்காத அநீதிகள் உண்டா? தன்னைக் குருடனாய், மந்த மதியினனாய், மனிதம் இழந்த வெறியனாய், வெறி மிகுந்த மிருகமாக மாற்றி வைத்தது அது தானே! அதனால் அவன் கொலை கூட......

அந்தக் கோர நினைவு! பெரும் பணக்காரன் ஒருவன் வீட்டில் புகுந்தான் அவன். செல்வன் வீட்டில் இல்லை. அவன் மனைவி மட்டுமிருந்தாள். நடுநிசி. அரவம் கேட்டு விழித்துக் கொண்டாள் அவள். கதற முயன்றாள். அவன் அவளை பயமுறுத்தி நகைகளைப் பிடுங்கிக் கொண்டான். பணம் நகைகள் எல்லாம் பத்திரப்படுத்தப் பெற்றுள்ள பெட்டியின் சாவியைக் கேட்டான். அவள் தெரியாது என்றாள். தன்னிடம் இல்லை என்று சாதித்தாள். 'ஓ'வெனக்கூச்சலிடத் தொடங்கினாள் வெகுண்டு. வெறி கொண்டு தன்னை மறந்து விட்ட அவன் கையிலிருந்த அரிவாளால் அவளைக் கொனறான். ஆனால் அவன் தப்பி ஓடமுடியவில்லை. அகப்பட்டுக் கொண்டான்.

ஆயுள் தண்டனை பெற்ற அறுபத்தைந்தாம் நம்பர் கைதிக்குப் பைத்தியம் பிடித்து விடும் போலிருந்தது. அவனுக்கு உழைப்பில் ஆரம்பத்திலிருந்த உற்சாக மில்லை. அவன் உள்ளம் குமைந்தது. இதயத்தில்

வேதனை அரித்துக் கொண்டேயிருந்தது. மண்டைக்குள் ஏதோ கொதிப்புற்றுக் கொந்தளிப்பது போல் தோன்றும், அந்தச் சூழ்நிலை, அவனைக் கொல்லாமல் கொன்று வந்தது. இனியும் தாங்க முடியாது என்ற நெருக்கடி பிறந்து விட்டது.

அவன் ஜெயிலதிகாரியின் காலிலே விழுந்தான். கண்ணிர் வடித்துக் கெஞ்சினன். என்னல் முடியாது; வேறு எங்காவது, எவ் வேலையாவது செய்ய என்னை அனுப்புங்கள், கல் உடைக்கவோ, செக்கு இழுக்கவோ அல்லது வேறு எக் கடினமான வேலைக்கோ ஏவுங்கள். ஆனால் இந்தச் சுரங்க வேலை வேண்டாம் என்று அழுது புலம்பினான்.

அதிகாரிக்கு முதலில் விளங்கவில்லை, விசாரித்து, கேள்விகள் மேல் கேள்விகள் போட்டு, ஒரு மாதிரியாக அவன் மனக் கோளாறைப் புரிந்து கொண்டார்.

அவன் வேறு பணிக்கு மாற்றப்பட்டான். அவனது மனக் குழப்பமும் கொதிப்பும் ஒடுங்கின, அவன் உள்ளத்தில் தெளிவு பிறந்தது. தனது வாழ்வைப் பாழாக்கிய மாயப் பொருளின் உண்மைத் தன்மையை உணர்ந்து கொண்டதனால் அவன் உள்ளத்தில் அமைதி பூத்தது, கண்களில் திருப்தியின் ஒளி தெறித்தது.

தனது பாபங்களை, தண்டனை விதித்த கடமைகளை ஒழுங்காகச் செய்து, நிவர்த்தித்துக் கொள்ள முழு மனதுடன் உழைத்தான் அந்த அறுபத்தைந்தாம் நம்பர் கைதி. அவன் விசித்திரமான மனிதன்தான்!

அலைகள்

கைலாசம் சிரித்தான்...

நடுத்தெருவிலே நடந்து போகிற போது, ஒருவன் தானாகவே சிரித்துக் கொண்டால் மற்றவர்கள் என்ன வேண்டுமானாலும் நினைக்கலாம் அல்லவா?

அவ்வீதியில் அலை அலையாய்ப் பெண்கள் வந்து கொண்டிருந்தார்கள். அழகு நிறைந்தவர்களும், அழ கற்றவர்களும், வர்ணவிஸ்தாரங்கள் மிளிரும் ஆடை அணிந்தவர்களும், வெள்ளை வெளேரெனத் திகழும் உடையினரும்... எத்தனை எத்தனையோ ரகமான தோற்றங்கள்... விதம் விதமான உருவங்கள். பதினைந்து பதினாறு வயசுக் குமரிகளிலிருந்து ஏழெட்டு வயசுச் சிறுமிகள் வரை தரம் தரமானவர்கள்...

பெண்கள் பள்ளிக்கூடத்துக்குச் செல்லும் அழகான காட்சியை நீர் பார்த்திருக்கிறீரா? இல்லையென்றால், இறைவன் சிருஷ்டித்துள்ள எத்தனையோ கோடி இன்பங்களில் ஒரு கோடி இன்பத்தை நீர் இழந்துவிட்டீர் என்று கணக்கெழுத வேண்டியதுதான்!.

கைலாசம் அந்த இன்பச் சூழ்நிலையை ரசித்தபடி நடந்தான். அப்பொழுது அவனுக்குத் திடீரென்று ஓர் எண்ணம் எழுந்தது. அதனால் அவன் சிரித்தான். அது மற்றவர்களுக்கு எப்படித் தெரியும்?

‘மூஞ்சியைப் பாரு’ என்று தன் தோழியிடம் முனங்கினாள் ஒரு வராக மூஞ்சி.

‘பைத்தியம் போலிருக்குடி!’ என்று முணுமுணுத்து சென்றது ஒரு அசடு.

‘ஐயோ பாவம்!'என்று பேசி நடந்தது ஒரு பர்மாப் பிரதேசம்.' 'முளிக்கிறதைப் பாரேன்வெட்கமில்லாமே’ என்று எரிந்து விழுந்தது ஒரு ‘ஜப்பான் பொம்மை.’

தன்னைப் பார்த்துச் சிரித்ததாக எண்ணிப் பதிலுக்குச் சிரித்தபடி ஸ்டைல் நடை நடந்தது ஒரு ‘குத்துலக்கை’,

சிரிப்பது போலவும் சிரியாதது போலவும் பாவம் பிடித்து அசைந்தனர் சிங்காரச் சிறுமிகள்...

அவர்களது பாவாடைகள் வட்டமிட்டுச்சுற்றி அலை யெனப் புரண்டன. அடிஅடியாக அவர்கள் முன்னேறும்போது, அலை எழுந்து தவழ்வது போல் ஆடைகள் அசைந்து துவண்டன. அவர்கள் கைகள் ஆடி அசைந்தன. பின்னல் சடைகள் எழிலுற ஆடின.

அவற்றைப் பார்க்கப் பார்க்க அவன் சிரிப்பு அதிகரித்தது. அதன் காரணம் அவன் உள்ளத்திலே எழுந்த ஒரு எண்ண அலை தான்...

பல நூறு பெண்களின் எழில் மயமான கூந்தலைவிதம் விதமான அலங்காரங்களை, அவற்றை அணி செய்யும் மலர் வகைகளை எல்லாம் கைலாசம் பார்த்தான்.

திடீரென்று அந்த எண்ணம் மின்னல்போல் கிறுக்கியது அவன் சித்த வெளியிலே.

சீவிச் சிங்காரிக்கப்பட்ட கூந்தல் எல்லாம், ஒற்றைச்சடை இரட்டைப் பின்னல் அஜந்தரக் கொண்டை ரிங் கொண்டை குறுகத் தரித்த குழல் எல்லாம், திடீர்னு மறைந்து போகிறது. மேஜிக் மாதிரி ...சூ மந்திரக்காளி! ...எல்லோர் தலையும் மொட்டை மயம் வழுக்கு மொட்டை....அந்த நிலையிலே இந்தப் பெண்கள் எப்படிக் காட்சி அளிப்பார்கள்?

அந்தக் காட்சியை அவன் கற்பனை செய்தபோது தான், சிரிப்பு பொங்கிப் பொங்கி வந்தது அவனுக்கு.

'ஐயோ பாவம்...பைத்தியம்!' என மற்றவர்கள் எண்ணினர்கள். அதற்கு அவனா பொறுப்பு?... கைலாசத்துக்கு இயல்பாக ஏற்பட்டு விட்ட மன நோயாக இருக்கலாம் அது. உளப்பரிசோதனை நிபுணர் எவரிடமாவது அவன் முறையிட்டிருந்தால், அவர் அவனுக்குப் புரியாத பெரும் பெயர் எதையாவது குறிப் பிட்டு அந்த நோயை கௌரவித்திருப்பார்.

ஆனல், கைலாசம் ஒரு விசித்திரப் பேர்வழி. தனது மனநிலையைப் போற்றி வளர்க்கவே ஆசைப்பட்டான். வறண்ட அன்றாட வாழ்விலே. குளுமையும் இனிமையும் புகுத்த உதவும் சக்தியைத் தன் மனம் பெற்றுவிட்டதாக அவன் மகிழ்வதுமுண்டு,

வேடிக்கையான மனம்தான் அது.

கைலாசம் நடந்து கொண்டிருக்கிறான். வேக நடை... அவன் மனம் தடம் புரண்ட பாதையிலே ஓடுகிறது.

நடப்பது சுலபமாகத் தோன்றுகிறது. ஆனால், மனிதன் நடை எனும் பாக்கியத்தைச் சுலபமாகவா பெறுகிறான்? இல்லையே.சிறு குழந்தை எழுந்து நின்று நடந்து பழக எவ்வளவு கஷ்டப்படுகிறது! இப்படி நடை பயில ஒவ்வொருவரும் எவ்வளவு பிரயாசைப்படுகிறார்கள்... ஒவ்வொருவர் நடை ஒவ்வொரு ரகம்...நடப்பதுஒரு காலுக்கு முன்னே இன்னொரு காலை எடுத்து வைப்பது...ஆமாம். திடீர்னு இப்படி வைக்கும் திறமையை மனித வர்க்கம் இழந்து விடுகிறது என்று வைத்துக்கொள்வோம்...அட, சும்மனாச்சியும் வைத்துக் கொள்வோமே!...ஏதோ வியாதி வருகிறது; சிலர் ஞாபகசக்தியை இழந்து விடுகிறார்கள். பேச்சுத் திறனை இழக்கிறார்கள் சிலர். அதுபோல் ஏற்படுகிறது என்று நினையுமே! சடார்னு எல்லோரும் நடக்கும் வித்தையை மறந்து விடுகிறார்கள். அப்போ எப்படி இருக்கும்?

கைலாசம் விதம் விதமான காட்சிகளைக் கற்பனை செய்கிறான். அவனுக்குச் சிரிப்பு பொங்குகிறது...

கைலாசம் ஒரு நாள் திடீரென்று எண்ணுகிறான்மனித வர்க்கம் மூளையால் உயர்ந்து விட்டது. என்கிறார்கள். நாகரீக வளர்ச்சி, சமுதாய அபிவிருத்தி, கலைகள் எல்லாம் மூளையினால் தோன்றியவை. சரிதான், அசுரசக்தி ஒன்று ஏதோ மாயம் பண்ணி விடுகிறது. மனித இனம் மூளையை இழந்துவிடுகிறது. அதாவது ஆறாவது அறிவு அவுட்! அப்புறம், இந்த ஊர் எப்படி இருக்கும்? இந்த உலகம் என்ன ஆகும்? மனித ஜாதி எவ்வாறு நடந்து கொள்ளும்?

அவன் மனத்தறியிலே தாறுமாறான கற்பனைப் பின்னல்கள் நெசவாகின்றன. அவன் சிரிக்கிறான். குதித்தோடும் சிற்றோடையின் களங்கமற்ற கலகல ஒலி எற்றிச் சிரிக்கிறான் கைலாசம்.

விந்தை மனம் பெற்ற கைலாசத்துக்கு கடலோரம் நல்ல அரங்கமாக அமைகிறது. அவன் உள்ளத்திலே அதிசயக் கற்பனைகளைப் பிறப்பிக்கும் அற்புதமாக விளங்குகிறது கடல்.

இயற்கையின் வீணத்தனத்தைச் சுட்டிக் காட்டுவது போல் விரிந்து கிடக்கிறது நெடுங்கடல், பயனற்ற தண்ணீர்க்காடு. பார்ப்பதற்கு அழகாகவும் கம்பீர மாகவும் இருக்கிறது இன்னும் அழகானதாக அமைய முடியும் இது. பொங்கிப் பாய்ந்து வருகின்ற ஒவ்வொரு அலையும் ஒருவித வர்ணம் பெற்று வந்தால்? மணல் மீது சாடி வெண்நுரைத் துகள்களாகச் சிதறும் அலைக் கூட்டமெல்லாம் வானவில்லின் வர்ணஜாலங்களோடு பளிச்சிட்டால்?

அப்படி ஒரு அற்புதம் இயற்கையிலேயே நிகழக் கூடுமானால் எவ்வளவு மனோகரமாக இருக்கும்! இதை எண்ணி எண்ணி மகிழ்வான் அவன்.

கடல் சிலசமயம் சலனமற்ற கரும் பரப்பாகக் காட்சி தருகிறது புதுமையான நிகழ்ச்சிகளுக்குத் தயார் செய்யப்பட்டுள்ள களம்போல் திகழும் அதன் மீது என்ன காட்சி மலர்ந்தால் மிக அழகாக இருக்கும்? கைலாசத்தின் மனம் கற்பனை அலைகளை ஒன்றின்பின் ஒன்றாக எற்றுகிறது.

மினுமினுக்கும் ஆடை அலங்காரங்களோடு ஆடல்வல்லிகள் ப்லர் திடீரெனத் தோன்றுகிறார்கள் அந்த அரங்கிலே. கண்களுக்கு விருந்தாகும் நாட்டியம் பயில்கிறார்கள்.

வானவளையம் நீர்க் கோட்டைத் தழுவுகிற நெடுந் தொலையிலிருந்து கரிய புள்ளிகள் போல் ஏதோ முன்னேறி வருகின்றன. அருகே நெருங்க நெருங்க, அவை பிரமாதமான குதிரைகள் மீது ஜம்மென்று அமர்ந்து வருகின்ற வீரர்கள். அந்த அணிவகுப்பு முன்னே முன்னே வந்து கொண்டிருக்கிறது.

இதை எண்ணும்போதுதான் கைலாசத்துக்கு அந்த நினைப்பு முகிழ்த்தது...

பாய்ந்து வரும் அலைகள் தாழ்ந்து சிதறி உருக் குலைந்து நீரிலேயே கலந்துவிடாமல், விம்மி விம்மி மேலெழுந்து முன்னேறி வந்தால்? மணல்பரப்பை மூழ்கடித்து, மேலும் முன்னேறினால்? ஊருக்குள்ளேயே வந்தால்?

ஊருக்குள்ளே பயங்கர நாடகம் மட்டும்தானா நிகழும்? சோகக் காட்சிகள் மாத்திரம்தானா தோன்றும்? அற்புதமாகவும் இருக்குமே!...

இந்த நினைவின்மீது கற்பனையை கட்டற்ற முறையிலே ஓடவிடுவது அவனுக்கு மிகவும் பிடித்துவிட்டது. அவன் அதைப்பற்றியே சிந்தித்தான். கடலோரத்தில் நின்று அலைகளைக் கவனிக்கும் போதெல்லாம், அதோ அந்த அலை பெரிதாக வருகிறது! அதைவிடப் பெரிதாக ஒன்று...எல்லாவற்றினும் பெரிது...இது மணலில்

கொஞ்சம் முன்னேற முடியும் என்றே கணக்குப் பண்ணி ஆனந்தம் அடையலானான் அவன்.

ஆயினும் ஒவ்வொரு அலையும்மகாப்பெரிய அலை கூட மேலெழுந்து முடியை உலுக்கிக்கொண்டு, உட்புறம் பின்னுக்கு வளைய, தலை முன்னே நீள, எட்டிப் பார்த்து, 'திடும்' என்று பேரோசை எழுப்பி விழுந்து, நுரை நுரையாய்த் சிதறிச் செத்தது. அதை மூடஅல்லது தொட்டுப் பிடிக்கமற்றொரு பெரும் அலை வரும். தடால் என்றொரு சத்தம், ஒரு கணம் அமைதி; மீண்டும் சரசரப்பு...

இந்த விளையாட்டைக் கவனிப்பதில் கைலாசம் ஆர்வம் அதிகம் கொண்டான்.

அவன் பார்வையிலே கடல் இருந்தது. அவன் எண்ணத்தில் கடல் நிறைந்து, நினைவு முழுவதையும் பிடித்தது. அவன் கனவு பூராவும் அதுவே ஆயிற்று.

அலைகள்...பொங்கி வரும் பேரலைகள்...ஆள் உயரத்துக்கு... வானத்துக்கும் பூமிக்குமாக உயர்ந்து விடும் அலைகள்... அலைக்குப் பின் அலைகள்... வருகின்றன; பாய்கின்றன. கடலுக்குள்ளேயே திரும்பாமல் முன்னேறி வருகின்றன. வேகமாக, ஆவேசமாக, பயங்கர இரைச்சலோடு...

எல்லோரும் பதறி அடித்து, விழுந்து எழுந்து, ஓடுகிறார்கள். ஆனால் கைலாசம் சிரிக்கிறான். கைகொட்டிச் சிரிக்கிறான்!

கைலாசத்துக்கு அதுவே வியாதியாகி விட்டது. அவன் கண்கள் சதா வெற்றிடத்தையே வெறித்து வெறித்து நோக்கிக் கொண்டிருந்தன. அவன் கற்பனையில் விந்தைக் கோலங்கள் பலப்பல தோன்றுவது மறைந்து, ஒரே ஒரு சித்திரம் தான் நித்தியமாய், நிரந்தரமாய் நிலைத்து நின்றது.

அலைகள்... பொங்கி வரும் பேரலைகள் ... பேயலைகள்...

அவன் படித்துக் கொண்டிருக்கிறான். அதாவது, அவன் கையில் புத்தகம் இருக்கிறது. அவன் கருத்தில் அது பதியவில்லை. அவனுடைய செவிகள் ஒரு ஓசையைக் கிரகிக்கின்றன. மிகத் தெளிவாகக் கேட்கிறது அது. 'தடால்' என்று விழுந்து அழிந்து போகும் ஒலியல்ல. அலைகள் மேலே மேலே சாடிப் பாய்ந்து வருகின்றன. அவன் சாப்பிடுவதற்கு உட்கார்ந்திருக்கிறான்... தெருவிலே, அடுத்த தெருவுக்கும் அப்பால், கடற்கரை ரஸ்தாவின் எல்லையிலே அலைகள் வந்து எட்டிப் பார்த்து விட்டன. கடலும் கரைமணலும் ஒன்றேயாகி, ரஸ்தாவும் அதுவேயாகி, ஊரும் பிறவும் எல்லாமும் கடல் மயமாகப் போகிறது...அவன் கண்களில் தனி மினுமினுப்பு. உதடுகளில் சிரிப்பின் ரேகை, காதுகளில் இணையற்ற அந்த ஓசை...அவனுக்கு வேடிக்கை பார்க்கவேணும் என்ற ஆசை அடக்க முடியாதது ஆகிறது. அரைகுறைச் சாப்பாட்டிலேயே எழுந்து ஓடுகிறான் கைலாசம்.

அவனும் சிலரும் பேசிக்கொண்டிருக்கிறார்கள். சுவாரஸ்யமான உரையாடல். திடுமென அவன் கத்துகிறான் கொஞ்சம் நிறுத்துங்கள்!'...பேச்சு தடைப்

படுகிறது. அவன் மகிழ்ச்சியோடு உற்றுக் கேட்கிறான். 'உங்களுக்குக் கேட்கவில்லை? அலேயோசை. அலைகள் வந்து கொண்டேயிருக்கின்றன...' அவன் எழுந்து ஓடுகிறான்.

நண்பர்கள் பரஸ்பரம் அர்த்தம் நிறைந்த பார்வை பரிமாறிக் கொள்கிறார்கள். உதட்டைச் சுளிக்கிறார்கள்; தலையை ஆட்டுகிறார்கள். 'ஐயோ பாவம்'

'அறிவு முதிர்ச்சிக்கும் பைத்தியத்துக்கும் இடையிலே நுண்மையான கோடுதான் இருக்கிறது. ஒருவன் அறிவின் எல்லையைக் கடந்து எப்போது பைத்திய நிலையில் புகுவான் என்று சொல்ல முடியாது...'

'பார்க்கப்போனால் ஒவ்வொருவரும் ஒவ்வொரு விதத்தில் பைத்தியங்களாகத்தான் இருக்கிறார்கள்.'

நண்பர்கள் பேச்சுக்குப் பொருள் கிடைத்தது.

அவர்கள் பேச்சு அவன் காதிலும் எப்பவாவது விழுந்திருக்கலாம், எனினும் அவன் அதைப் பொருட் படுத்தியதாகக் காட்டிக்கொள்ளவில்லை.

அவனுக்குக் கடல்மீது அடங்காத மோகம் ஏற்பட்டிருந்தது. முன்னேறி வரும் அலைகளையே, கவனித்துக் கொண்டிருப்பதில் தணியாத ஆசை வளர்ந்து வந்தது.

திடீரென்று இயற்கைக்கு வெறிபிடித்துவிட்டது போல் தோன்றியது. மூன்று நாட்களாக ஒரே மழை. வானம்

அழுக்குப் போர்வையால் போர்த்தப்பட்டது போல் காட்சி அளித்தது. குளிர் காற்று வீசியது. சில சமயங்களில் அதன் வேகம் வலுத்தது. எந்த நேரத்திலும் அது சூறாவளியாக மாறலாம் என்ற நிலை ஏற்பட்டிருந்தது. வானத்திலே இவ்வளவு தண்ணீரும் எங்கே இருந்தது, எப்படித் தங்கியிருந்தது என்று அதிசயிக்கத் தூண்டும் வகையில் மழை கொட்டு கொட்டு என்று கொட்டியது.

மழையில் நனைவதில் கைலாசம் உற்சாகம் அடைந்தான். கொட்டும் மழையில், சுழலும் காற்றில் கடல் எப்படிக் காட்சி அளிக்கிறது என்று காண்பதில் அவன் மட்டற்ற மகிழ்ச்சி கொண்டான்.

கடல் கோர தாண்டவம் புரிந்து கொண்டிருந்தது. இரவு நெருங்க நெருங்க அதன் கூத்தின் பேய்த்தனம் வலுத்துக் கொண்டிருந்தது.

கடலோரத்தில் சிறுசிறு குடிசைகளில் வசித்துவந்த மீனவர்கள் பயந்தார்கள். கடல் எந்த வேளையிலும் பொங்கி விடக்கூடும் என்று அஞ்சி, அவர்கள் தங்க ளுடைய வலைகளையும் இதர சாமான்களையும் மேட்டு நிலத்தில் கொண்டு சேர்த்தார்கள்; ஓடி ஓடி, அவசரம் அவசரமாக உழைத்தார்கள். அவர்களைக் கவனித்த கைலாசம் பயப்படவில்லை. கவலை கொள்ளவில்லை. தனது கனவு பலிக்கக்கூடிய காலம் நெருங்கிவருகிறது போலும் என்று சந்தோஷமே கொண்டான்.

இருட்டிய பிறகுகூட அவன் வெகுநேரம் வரை கடற்கரையிலேயே நின்று, வெறித்தனமாகச் சாடுகின்ற அலைகளைக் கவனித்து மகிழ்ந்தான்.

அலைகள் கட்டிடங்கள்மீது மோதுகின்றன. சந்து பொந்துகளில் எல்லாம் பிரவாகித்துப் பாய்கின்றன. பொருள்களைச் சூறையாடுகின்றன. ஆண்கள், பெண்கள், குழந்தைகளை எல்லாம் அள்ளி எடுத்து அம்மானை ஆடி அணைத்துச் சுழற்றி விழுங்கி வீசி அடித்துத் தள்ளி விட்டெறிந்து...

ஆகா! பயங்கர அற்புதம்! அற்புதமான பயங்கர அனுபவம்...

அவன் சிரித்தான். அந்தச் சிரிப்பும் பயங்கரமாகத்தான் ஒலித்தது அந்த இடத்திலே. அவ்வேளையிலே!

நள்ளிரவு. கன்னக் கனிந்த கருக்கிருட்டு. வேளையும் பொழுதும் தெரியாத நேரம்.

மழை பெய்துகொண்டே யிருக்கிறது. சோ... ஓயாத ஒற்றை ஓசை...

காற்று 'உய்ய்உய்ய்' என்று சுழன்றடிக்கிறது...

துரங்கிக்கொண்டிருந்த கைலாசம் திடுக்கிட்டு விழித்தான். ஒரு ஓசை அவன் காதில் விழுந்தது. கனத்த அழுத்தமான ஓசை... ஆயிரம் யானைகள் திம்திம்மென்று அடிபெயர்த்து வைத்து வெறி வேகத் தோடு முன்னேறுவது போல... குதிரைப் படை காற்றினும் கடிதாய் முன் பாய்ந்து வருவது போல... நெருங்குகிறது. அடி அடியாக முன்னேறி வருகிறது.

அவன் உள்ளத்தில் ஒரு துடிப்பு: உணர்ச்சிப் பரபரப்பு... அவனுள் இனம் தெரியாத ஒரு குழப்பம். பீதியும்கூட.

அவன் படுக்கையிலிருந்து பதறி எழுந்தான். போர்வை கால்களில் சுற்றியது. உதறி அதை விலக்கி விட்டு அவன் வேகமாகப் பாய்ந்தான். அவன் நெற்றி சுவரில் மோதியது பலமாக ஆயினும், அந்த ஓசை அலைகளின் அழுத்தமான ஓசை காதுகளில் ஒப்பற்ற இசைபோல் ஒலித்தது.

'ஆகா, வருகிறது. அதை நான் பார்க்க வேண்டும்' என்று அவன் ஓடினான், வேகமாக முன்னோக்கி...

தடால்!... ஒரு அதிர்ச்சி...

அவனை அலைகள் அள்ளி எடுத்துத் தூக்கி விசித் தரையில் அடித்தது போல் இருந்தது. அவன் தலையில் குபுகுபுவென்று பெருக்கெடுத்தது. நெற்றியில் ஓடி கண்களை நனைத்தது, கன்னங்களில் வழிந்து, உதடுகளைத் தொட்டது... 'அலைகள்... சூடாக இருக்குதே' என்ற நினைப்பு இருந்தது அவனுக்கு. அப்புறம் பிரக்ஞையே இல்லை.

கைலாசம் மாடி அறையில் படுத்திருந்ததையும், மொட்டை மாடியில் ஓடினால் முடிவில் கீழே, கீழே, கீழே விழுந்து, தரையில் மோதி மடிய வேண்டியது தான் என்பதையும் நினைக்கவேயில்லை. நினைத்திருக்கவே முடியாதே அவனால். அவனுடைய விசித்திர மனமல்லவா அவனை முன்னே முன்னே இழுத்துச் சென்றது. அதிகாலையில், மண்டை பிளந்து ரத்தத்தில் தோய்ந்து கிடந்த கைலாசத்தின் உடலைப் பார்த்தவர்கள்

ஐயோ பாவம்! வாழ்வில் விரக்தி அடைந்து தற்கொலை செய்து கொண்டிருக்கிறான் என்று முடிவு கட்டினர்கள்.

'பைத்தியம்! எப்படியோ விழுந்து செத்திருக்கு!' என்று முனங்கினார்கள் அவன் நண்பர்கள்.

அமைதியிழந்து அலைமோதிய கைலாசத்தின் மனம்...?

ஆமாம்; அற்புத நினைவுகளை - கனவுகளை ஆக்கி அழித்து மகிழ்கிற மனம் மரணத்தின் பின் என்ன வாகிறது? யாருக்குத் தெரியும்!

பெரிய மனுஷி

வள்ளியம்மைக்கு சதா தெருவாசல் படியில் நிற்பது தான் பொழுது போக்கு. அதுவே அவளுடைய வேலை என்றும் தோன்றியது.

வள்ளியம்மை என்ற பெயரைப் பார்த்ததும் நாகரிகம் இல்லாத பெரிய பெண்ணாக இருப்பாள் அவள் என்று எண்ணுகிறவர்கள் ஏமாறுவார்கள்.

நாகரிக விஷயம் எப்படியும் போகட்டும். அது இந்தக் கதைக்கு முக்கியமானது அல்ல. வயசு?

அவளுக்கு இப்பொழுது எட்டு வயதுதான் ஆகிறது. ஆமாம். கட்டைப் பாவாடையும், அழுக்குச் சட்டையும், குலைந்து கிடக்கும் தலைமயிருமாய்க் காட்சி தருகிற சிறுமியே வள்ளியம்மை.

அவளுக்கு ஆந்தப் பெயர் பிடித்திருந்தது. தனது பெயர் தனக்கே பிடிக்காத மனிதப் பிறவியும் உண்டோ இம் மாநிலத்தில்?

சில சமயங்களில் அவளுக்குத் தன் பெயர் மீது கொஞ்சம் வெறுப்பு ஏற்படுவது உண்டு. அது எப் பொழுது என்றாலோ, இதர சிறுமிகள் ஒன்றாகக் கூடிக் கொண்டு, ராகம் போட்டு-

‘வள்ளி அம்மே தெய்வானே,
உம் புருசன் வைவானேன்?

கச்சேரிக்குப் போவானேன்?
கையைக் கட்டி நிப்பானேன்?

என்று இழுக்கும் போதுதான்.

அவ்வேளையில் அவளுக்கு ஒரு பதிலும் சொல்ல ஓடாது. கண்கள் நீரைக் கொட்டத் தயாராகிவிடும். அவள் உலகத்திலுள்ள வெறுப்பை எல்லாம் தனது சின்னஞ்சிறு உள்ளத்தில் சேர்த்து, கூடிய அளவு முகத் தில் கொண்டு வந்து நிறுத்தி, வவ்வவ்வே' என்று கீழுதட்டைப் பற்களால் கடித்து வலிப்பு காட்டுவாள்.

மற்றப் பிள்ளைகள் சும்மா இருந்து விடுவார்களா? 'வலிச்ச மோறையும் சுளிச்சுப் போம்வண்ணாந் துறையும் வெளுத்துப் போம்' என்று வேறொரு 'கோரஸ்' எடுப்பார்கள். அப்புறம் வள்ளியம்மை அழுதுகொண்டு போகவேண்டியதுதானே!

அப்படி அவள் அழுதபடி தனி இடம் தேடிப் போகிறபோது தான் அவளுக்கு அந்தப் பெயரை வைத்தவர்கள் மீது கோபம் கோபமாக வரும். கோபமெல்லாம் கொஞ்ச நேரத்துக்கே. பிறகு அதே பெயர் மிக அழகானதாக, இனியதாகத் தோன்றும் வள்ளிக்கு.

எட்டு வயது வள்ளி அம்மை எப்ப பார்த்தாலும் தெருவில் நிற்பதற்கு, அவளோடு சேர்ந்து விளையாடக் கூடிய பிள்ளைகள் அக்கம்பக்கத்து வீடுகளில் இல்லை என்பதும் ஒரு காரணம் தான். அடுத்த தெருவுக்குப் போகலாம். ஆனால் 'ஏட்டி, நீ வாசல்படி தாண்டினியோ, அவ்வளவுதான். உன்னை வெட்டிப்

பொங்கலிட்டிருவேன். ..உன் காலை முறிச்சிருவேன்...உன் முதுகுத் தோலை உரிச்சிருவேன்' என்ற ரீதியில் மிரட்டக் கூடிய தாயார் இருக்கிறாளே. அம்மாவிடம் கொஞ்சம் பயமிருந்தது வள்ளிக்கு.

தெருவாசல் படியில் நிற்பதனால் பொழுது போகும் என்பதோடு, புதிய புதிய அனுபவங்களும் கிட்டும், அது வள்ளிக்கு நன்ருகத் தெரியும். ஒரு சமயம் வெள்ளைக்கார துரை ஒருவன் அந்த வழியாகப் போனான். தோள் மீது துப்பாக்கியைச் சுமந்து கொண்டு, 'தொப்பியும் கால்சராயும் பூட்சும் போட்டுக்கிட்டு, செக்கச் செவேல்னுஏயம்மா, அது என்ன நிறம்கிறே! கருணைக்கிழங்கை தோலுரிச்சுப் போட்ட மாதிரிபோனான் என்று, அவனைப் பார்த்த பெண்கள் பேசினார்கள். 'மலைக்குப் போயிருப்பான். முசலு வேட்டையாட' என்று ஒருவர் அறிவித்தார்.

அவனைக் கண்டதும் அநேக குழந்தைகள் சில பெரியவர்கள்கூட வீட்டுக்குள் ஓடிப்போய் விட்டார்கள். அவ்வூருக்கு வெள்ளைக்காரன் வருவது லேசுப்பட்ட விஷயம் இல்லைதான். அதற்காக அவனை வேடிக்கை பார்த்து நிற்க முடியுமா? இந்த அச்சம் பலருக்கு. ஆனால் வள்ளி அம்மை என்ன செய்தாள்? தன் வலது கையை உயர்த்தி, நெற்றியில் வைத்து "ஸலாம், தொரெ!" என்றாள். அவன் திரும்பிப் பார்த்தான். புன்னகை புரிந்தான். குட்மார்னிங் அறிவித்துவிட்டு, தன் வழியே போனான். அப்புறம் வள்ளியைக் கைகொண்டு பிடிக்க முடியவில்லை'! துள்ளினாள். ஆடினாள். குதியாய்க் குதித்தாள். 'வெள்ளைக்கார துரை எனக்கு ஸலாம் போட்டாரே!' என்று பாடினாள். அவள் பெருமை அந்தத் தெருவில் சிறிது உயர்ந்துவிட்டது என்பதும் உண்மையே.

‘என்ன இருந்தாலும் இந்தப் புள்ளெக்கு ரொம்ப தைரியம்தான்’ என்று பலரும் சொன்னார்கள்...

அது போக்குவரத்து மிகுந்த ரஸ்தா அல்ல. தெருக்காரர்கள் ஏதாவது சோலியின் பேரில் அப்படியும் இப்படியும் போவார்கள். வேறு தெருக்காரர்கள் எங்காவது செல்வார்கள். எப்பவாவது ஒரு வண்டி போகும். கட்டைவண்டி, மை போடப்படாத, சக்கரங்கள் கிரீச்சிட, ‘கடக் டடக்’ என்று ஓசையிட்டுக் கொண்டு நகரும். வண்டி மாடுகளின் கழுத்து மணி ஓசை ஜோராக ஒலிக்கும். நாய் ஒன்று வேலையில்லா விட்டாலும், ஏதோ அவசர அலுவல்மேல் போகிறது போல், தெற்கே இருந்து வடக்கே ஓடும். அங்கொரு வீட்டுத் திண்ணைக்குப் பக்கத்தில் நின்று மோந்து பார்க்கும். பிறகு தும்பைச் செடியை மோந்து பார்க்கும். காலைத் தூக்கி, செடியை நனைத்துவிட்டு, வேகமாக நடக்கும். அப்புறம் புறப்பட்ட இடத்தில் எதையோ மறதியாக விட்டுவிட்டு வந்ததுபோலவும், அதை எடுப் பதற்காக விரைவது போலவும் அது வடக்கேயிருந்து தெற்கு நோக்கி ஓடியே போகும். பிச்சைக்காரன் வருவான், காய்கறி விற்பவள் வருவாள். இப்படி எவ்வளவோ வேடிக்கைகள்! ‘எத்தனையோ கோடி இன்பங்கள்’!

அந்தச் சின்னஞ்சிறு உள்ளத்துக்குகளங்கமற்ற நீலப் பெரு விழிகளுக்குஎல்லாமே இனிமைகள்தான்; எல்லாம் அற்புதமே.

அனைத்தினும் மேலான வேடிக்கை ஒன்று உண்டு. ஒரு மணிக்கு ஒரு தடவை டவுண் பஸ் அந்த வழியாக வரும். கால் மணி நேரம் கழித்துத் திரும்பிப் போகும். அப்படி

வருகிற போதும், போகிற போதும் பஸ்ஸினுள் இருப்பவர்களைப் பார்ப்பதில் வள்ளி அம்மை அலுப்படைவதே இல்லை. ஆனால் உள்ளத்தில் ஒரு ஆசையை வளர்த்துவந்தாள் அவள்.

'தினந்தோறும் எத்தனையோ தடவைகள் கார் வந்துபோகுதே. அதில் நான் ஒரு தடவைகூடப் போக முடியலியே. என்றாவது ஒரு நாள் நானும் காரில் ஏறி, அது போற இடத்துக்கெல்லாம் போவேன். ஆமா. போகத்தான் வேணும்'இப்படி ஆசைப்பட்டாள் வள்ளி.

குளத்தின் ஒரு மூலையில் எப்படியோ வந்து சேருகிற நீலோற்பலச் செடி, பையப் பைய நீர்ப்பரப்பு முழுவதும் பச்சைப் பசேலென அடர்ந்து படர்ந்து, கொத்துக் கொத்தான வண்ண மலர்களைப் பூத்துச் சொரிவது போல, அந்தச் சின்னஞ்சிறு பெண்ணின் உள்ளத்தடத்திலே பதிந்த ஆசை மெது மெதுவாகப் பரவியது. அடர்த்தியாக மண்டியது. இனிய கற்பனைகளை மலர வைத்தது.

ஊருக்குள் வந்து திரும்பிய ஒவ்வொரு பஸ்ஸும், அவற்றிலே வந்திறங்கிய அல்லது, கிளம்பிச் சென்ற ஒவ்வொரு ஆளும் அவளுடைய எண்ணங்களை ஏக்கங்களை, கனவுகளை வளர்க்கும் வாய்ப்புகளாகவே விளங்கினர், எப்பவாவது அவளுடன் சேர்ந்து விளையாடும் எந்தச் சிறுமியாவது 'நான் ஊருக்குப் போயிருந்தேன். தாத்தா வீடு டவுனில் இருக்குதே' என்ற தன்மையில் ஆரம்பித்து, பெருமையடிக்கும்போது வள்ளி அம்மையின் உள்ளம் பொறாமை கொள்ளும் தனது எரிச்சலையும் பொறாமையையும் காட்ட அவள் 'பிரவுடு! பீத்துறா!' என்று கரிப்பாள்.

‘பிரவுடு’ என்கிற பதத்திற்கு அர்த்தம் புரிந்தோ புரியாமலோ வள்ளி அம்மையைப் போன்ற சிறுமிகள் அதைத் தாராளமாக உபயோகித்து வந்தார்கள். அதை ஒரு ஏச்சுபோல் உபயோகித்தார்கள். அதை அழுத்தமாக உச்சரிப்பதில் வள்ளிக்கு ஒரளவு திருப்தி உண்டாகும். அவ்வளவுதான். அவளுடைய ஆசையோ மேலும் கொஞ்சம் வளர்ந்திருக்கும்.

வள்ளி அம்மை, பஸ்ஸில் போய் வருகிறவர்கள் போக விரும்புகிறவர்களுக்கு அனுபவ மொழி புகன்றவர்கள் எல்லோரது பேச்சுக்களையும், சந்தர்ப்பம் கிட்டிய போதெல்லாம் கூர்மையாகக் கவனித்து வந்தாள். தானும் சிலரிடம் கேள்வி கேட்டுச் சில விஷயங்களைத் தெரிந்துகொண்டாள்.

அவ்வூரிலிருந்து டவுனுக்கு ஆறு மைல். பஸ் சார்ஜ் நாலரை அணா... போக நாலரை அணா, வர நாலரை அணா; ஆக ஒன்பதணா வேண்டும்... ஒரு பஸ்ஸில் ஏறினால், அது முக்கால் மணி நேரத்துக்குள் டவுண் போய்ச் சேரும். அதிலிருந்து இறங்காமல், இன்னொரு நாலரை அணாவைக் கொடுத்து டிக்கட் வாங்கிக் கொண்டு உட்கார்ந்து விட்டால். அதே பஸ்ஸில் உடனேயே திரும்பிவிடலாம். அதாவது மத்தியானம் 1 மணிக்கு பஸ் ஏறினால் 1.45 க்கு டவுணில் இருக்கலாம். அதே பஸ்ஸில் பட்டணப் பிரவேசம் மாதிரிச் சுற்றி வருவதானால் இரண்டே முக்கால் மணிக்குள் ஊருக்கு வந்து சேர்ந்துவிடலாம்.

இந்த வாய்ப்பாட்டை வைத்துக்கொண்டு வள்ளி அம்மையின் பிஞ்சு மனம் என்னென்ன கணக்குகளைப்

போட்டதோ! சரியான விடை காண்பதற்காக, எவ்வளவு தடவைகள் அழித்துக் கழித்துத் திருத்திக் கஷ்டப்பட்டதோ! வழிவகைகளைக் கண்டுபிடிப்பதற்காக என்னென்ன ஆராய்ச்சி பண்ணியதோ!

முடிவில் ஒரு விடை அதற்குக் கிடைத்திருந்தது என்பது பின்னர் புரிந்தது...

‘இரண்டு மணி பஸ்’ ஊர் எல்லையைத் தாண்டி, பெரிய ரஸ்தாவில் திரும்பிய போது ‘கார் நிக்கட்டும்! கார் நிக்கட்டும்! என்று மெல்லிய குரல் ஒன்று எழுந்தது. சிறுகை ஒன்று முன் நீண்டு சைகையும் காட்டியது.

பஸ்ஸின் வேகம் குறைந்தது. கண்டக்டர் எட்டிப் பார்த்து, யாரு வரப்போறாங்க? சீக்கிரம் ஓடி வரச் சொல்லு’ என்று கத்தினான்.

‘காரு நிக்கட்டும்! நான் ஏறணும்!' என்று மிடுக்காகக் குரல் கொடுத்தாள் எட்டு வயது வள்ளி அம்மை.

'ஒகோ. அதும் அப்படியா!’ என்று சிரிப்புடன் சொன்னான் அவன்.

‘எது எப்படியோ எனக்குத் தெரியாது. நான் டவுனுக்குப் போகனும், இந்தா நாலரை அணா’ என்று நீட்டினாள் அவள்.

‘சரி சரி முதல்லே ஏறு என்று கூறிய கண்டக்டர், அவள் பக்கம் கைநீட்டி, அவளை பஸ்ஸுக்குள் தூக்கி வைத்தான்.

‘நான்தான் ஏறி வாறேனே. அதுக்குள்ளே நீ ஏன் அவசரப்படுறே?’ என்று வள்ளி அம்மை மூஞ்சியைச் சுளித்தாள்.

கண்டக்டர் கொஞ்சம் தமாஷ் பேர்வழி. ‘கோவிச்சுக்காதிங்க, மேடம், ஸீட்லே உட்காருங்க... எல்லாரும் வழிவிடுங்க, ஸார், பெரிய மனுஷி வாறாங்க” எனறான்.

பொதுவாக அந்நேரத்து பஸ்ஸில் கூட்டம் இராது. அங்கொருவர் இங்கொருவராக ஆறேழு பேர்கள் இருந் தனர். எல்லோரும் வள்ளி அம்மையையே பார்த்துக் கொண்டிருந்தார்கள். கண்டக்டரின் பேச்சைக் கேட்டுச் சிரித்தார்கள்.

அவளுக்கு வெட்கமும் கூச்சமும் ஏற்பட்டன. தலையைக் குனிந்தபடி நடந்து ஒரு இடத்தில் வசதியாக அமர்ந்தாள்.

“புறப்படலாமா அம்மா? என்று கேட்டு சிறு முறுவல் பூத்த கண்டக்டர் ரைட் கொடுத்தான். பஸ்ஸும் உறுமிக்கொண்டு கிளம்பியது.

அது நேர்த்தியான பஸ். புத்தம் புதுசு. வெளிப்புறம் வெள்ளை வெளேர் என்றிருந்தது. பச்சை வர்ணம் பல இடங்களில் பளிச்சிட்டது. உள்ளே, கைப் பிடிக்க உதவும், உருளைக் கம்பிகள் எல்லாம் வெள்ளி மாதிரி

மினுமினுத்தன. எதிரே ஜோரான கடியாரம் ஒன்றிருந்தது. ஸீட்டுகள் ஜம்மென்று அருமையான மெத்தை மாதிரி விளங்கின.

அனைத்தையும் பார்வையால் விழுங்கினாள் வள்ளி யம்மை. 'ஜன்னல்களுக்கு' கண்ணாடி மறைப்பு இருந்தது அவள் பார்வையைச் சிறிது மறைத்ததால் வள்ளி ஸீட் மீது நின்று வெளியே பார்த்தாள்.

குளத்தங்கரை ரஸ்தா மீது பஸ் ஓடிக்கொண்டிருந்தது. குறுகலான நொடி விழுந்த பாதை. ஒரு புறம் குளம். அதறகப்பால் பனைமரங்களும், புல் வெளியும், தூரத்து மலையும், நெடுவானும்...இன்னொரு பக்கம் பெரும் பள்ளம், பசும் பயிர் தலையாட்டும் வயல்கள். நெடுகிலும் வயல் பரப்பு. எங்கு பார்த்தாலும் ஒரே பச்சை...

எல்லாம் கண்கொள்ளாக் காட்சி அவளுக்கு...

'ஏ பாப்பா!' என்ற குரல் அவளை உலுக்கியது. 'அப்படி நிற்காதே. உட்காரு.'

அவள் இறங்கி நின்று, தலை நிமிர்ந்து பார்த்தாள். பெரியவர் ஒருவர் நல்லது எண்ணிப் பேசினார். பிறர் மற்றவர்களுக்காக எண்ணுகிற 'நல்லது' அந்த மற்ற வர்களுக்குப் பிடிக்கவேண்டும் என்கிற விதி எதுவுமில்லையே! வள்ளி அம்மைக்கும் அவர் பேச்சுப் பிடிக்க வில்லை.

‘இங்கே யாரும் பாப்பா இல்லே. ஆமா...நான் காசு குடுத்திருக்கேனாக்கும்’ என்றாள், சற்று சினத்தோடு.

கண்டக்டர் முன்வந்தான். ‘இவங்க பெரிய அம்மா ஆச்சுதுங்களே. பாப்பா வந்து தனியாக டவுனுக்குப் போகக் காசு எடுத்துக்கிட்டு வரமுடியுங்களா?’ என்றான்.

வள்ளி அம்மை அவனை கோபமாகப் பார்த்தாள். 'நான் ஒண்ணும் அம்மா இல்லே. ஆமா... நீ இன்னம் எனக்கு டிக்கட் தரலே’ என்றாள்.

‘ஆமா’ என்று அவள் தொனியில் அவன் உச்சரிக்கவே மற்றவர்கள் சிரித்தார்கள். அவளும் சிரித்தாள்.

அவன் டிக்கட்டைக் கிழித்து அவளிடம் கொடுத்தான். ‘ஜோரா ஸீட்டிலே உட்காரு. நீ தான் காசு கொடுத்திருக்கிறியே. ஏன் நிற்கணும்?’ என்றான்.

‘உங்கிட்டே ஒண்ணும் கேட்கலே...ஆமா என்று தலையைத் தோள்மீது இடித்தாள் வள்ளி. உட்கார்ந் தாள்.

‘நின்றால், பஸ் ஆடுற ஆட்டத்திலே நீ தவறி விழ நேரலாம். மண்டை உடையலாம். அதுக்காகத் தான், பாப்பா...’

‘நான் பாப்பா இல்லேங்கிறேன், நீ என்னா? எட்டு வயசுப் பொண்ணு மாதிரியா இருக்கும் பாப்பா?’ என்று வெடுவெடுத்தாள் அவள்.

‘ஆமா! எட்டு வயசு ஆயிட்டா அவங்க பெரியவங்களாக வளர்ந்துடுவாங்க என்பது தெரியலியே, நீங்க என்னா ஸார்...’ என்று கண்டக்டர் சொன்னான். அவன் பஸ்ஸை நிறுத்தி, வேலையைக் கவனிக்க வேண்டியிருந்ததால், தொடர்ந்து பேசமுடியவில்லை.

ஒருவர் இறங்கினார். இருவர் ஏறினார்கள். ரைட் என்று கத்தினான் கண்டக்டர்.

வள்ளி வேடிக்கை பார்ப்பதில் ஆழ்ந்திருந்தாள்.

‘ஏம்மா, நீ தனியாவா போறே? என்று ஒரு குரல் அவள் கவனத்தைக் கவர்ந்தது. புதிதாக ஏறிய எவளோ ஒருத்தி, வயசு முதிர்ந்தவள். ‘அவள் பாம்படமும், தொள்ளைக் காதும்! கருப்பட்டிப் புகையிலையும் வெத்திலைச் சாரும்! ...உவே, மூஞ்சியைப் பாரு!’ என்றிருந்தது வள்ளிக்கு.

‘ஆமா. தனியாத்தான் போறேன். நான் டிக்கட் வாங்கியாச்சு’ என்று மிடுக்காகச் சொன்னாள்,

‘ஆமா. டவுனுக்குப் போறாங்க. நாலரை அணா டிக்கட்டு என்றான் கண்டக்டர்.

‘நீ போயேன் ஒன் சோலியைப் பாத்துக்கிட்டு’ என்று சொன்னாள் வள்ளி. சிரிப்பு வந்தது அவளுக்கு.

அவன் குறும்புத்தனமாகச் சிரித்தான். ஒன்றும் சொல்லவில்லை.

‘சின்னப்புள்ளெ இப்படி ஒத்தையிலே புறப்பட்டு வரலாமா? டவுணிலே எங்கே போகனும்? வீடு தெரியுமா, தெரு தெரியுமா?' என்று நீட்டினாள் பெரியவள்.

‘ஓங்கிட்டே ஒண்ணும் கேட்கலே, எனக்கு எல்லாம் தெரியும் போ’ என்று எரிந்து விழுந்தாள் வள்ளி, மேலே பேச்சைக் கேட்கவோ பேச்சைக் கொடுக்கவோ விரும்பாதவளாய் வெளியே பார்த்தபடி இருந்தாள்.

இது அவளுடைய முதல் யாத்திரை. மகாப் பெரிய யாத்திரை எத்தனை காலமாக ஆசைப்பட்டு, கனவு கண்டு, திட்டமிட்டு, இன்று பலித்திருக்கிறது. இது. ‘நாலரையும, நாலரையும் ஒன்பதணா!' சுலபமாகத் தோன்றலாம் நமக்கு. வள்ளி அதைச் சேர்க்க எவ்வளவு சிரமப்பட நேர்ந்தது. அரையணா காலணாவாக ஒரு அணாவாக... நல்லவேளை, ஒரு மாமா வந்தார். திருவிழாத் துட்டு என்று நாலணா கொடுத்தார்... அவள் பேராசை ஒன்றைத் தணிக்கும் முயற்சியில் முழு மனசையும் ஈடுபடுத்தியதால், எத்தனை எத்தனை சில்லரை ஆசைகளைக் கொல்ல வேண்டியிருந்தது. நாவுக்கு ஆசை காட்டும் தின்பண்டங்களைத் தியாகம் செய்தாள் அவள். கண்ணை வசீகரிக்கும் பலூன், சிறு பொம்மை முதலியவைகளை வேண்டாமென்று ஒதுக்கினாள்... குடை ராட்டினம் சுற்றுவது அது எப்பேர்ப்பட்ட விஷயம்! அதில் ஏறலாம் என்று மனம் என்னமாய்க் குதித்தது. ரெண்டணா போய் விடுமே என்ற பயமல்லவா அவளைப் பின்னுக்கு இழுத்தது.

காசுப் பிரச்னை ஒரு மாதிரியாகத் தீர்ந்ததும், காலப் பிரச்னை குறுக்கே நின்றது: எப்ப போவது? அம்மாவுக்குத் தெரியாமல் போகவேண்டுமே. ‘அம்மா,

சும்மா நான் காரிலே போய்விட்டு வாறேன்னு சொன்னால், ‘எடு வாரியலை! என்று பாயமாட்டாளா அவள்? எத்தனை தடவைகள் வள்ளி அழுதாள், கெஞ்சினாள்? பலனேற்பட்டதா? ‘ஊர்வழி போறதுக்கு இன்னும் வயசு வரலே எல்லாத்துக்கும் வேளையும் பொழுதும் வரட்டும்’ என்று ஆர்வத் தீயிலே அம்மா பச்சத் தண்ணியை வாளி வாளியாக அள்ளிக் கொட்டி னாளே!... அம்மாளின் அனுமதியோடு பஸ்ஸில் பிரயாணம் செய்ய முடியாது என்பது நிச்சயமான உடன்தான், அவள் வேறு வழிகளைப்பற்றி யோசிக்கலானாள்.

அவள் அம்மா மத்தியானச் சாப்பாட்டுக்குப் பிறகு ஒரு மணி முதல் நாலு நாலரைவரை படுத்துத் தூங்குவாள். ‘அடிச்சுப் போட்டதுபோல்’ கிடப்பாள். அந்த நேரத்தில்தான் வள்ளி தெருக்கோடி வீடு, அடுத்த தெரு, கோயில் மண்டபம் என்று அலைந்து திரிவது வழக்கம். அஞ்சு மணி வரை வீட்டுக்குள் வராமல் போய்விட்டால்தான் அவளுக்கு "மண்டகப் படி கிடைக்கும்!”

உலகத்தை ஆராய வேணும் என்ற எண்ணம் மனித உள்ளத்தில் ஏன் ஏற்படுகிறது, எப்படி ஏற்படுகிறது என்று புரியவில்லை. அந்தத் துடிப்பு பெற்று விட்டவர்கள் எந்தவிதக் கஷ்டங்களையும் சகித்துக் கொள்ளத் தயாராகி விடுகிறார்கள். அனுபவம் பெற வேண்டும் என்ற தவிப்பு அவர்களை முன்னே முன்னே இழுக்கிறது.

வள்ளி அம்மைக்கும் அதே நிலை ஏற்பட்டது. அதன் பலன்தான் அவள் பஸ்ஸில் தனியாக தனது துணிச்சலை

துணையாக ஏறி உட்கார்ந்திருந்தாள். அதற்காக அவள் வருத்தப்படவில்லை...

பஸ் வெட்டவெளி நடுவே பாய்ந்து ஓடியது, சிற்றூர்களைத் தாண்டிச் சென்றது. வண்டிகளையும், பாத சாரிகளையும் விழுங்குவது போல் பாய்ந்து, ஒதுங்கி, பின் நிறுத்திவிட்டு வேகமாக முன்னேறியது. மரங்கள் ஓடி வந்தன. ஒன்றும் செய்ய முடியாமல் நின்றன... புதிய இடங்கள், புதிய காட்சிகள் எல்லாமே புதிய அனுபவம்!

திடீரென்று கைகொட்டிச் சிரித்தாள் வள்ளி. எதிரே பஸ்ஸுக்கு முன்னால் ஒரு மாடு. அழகான இளம் பசுமாடு. வாலைத் தூக்கிக்கொண்டு, நாலு கால் பாய்ச்சலில் முன்னே ஓடியது. பஸ்ஸிடம் பந்தயமிடுவது போல, மிரண்டு போய், அது முன்னே ஓடிக் கொண்டிருந்தது, டிரைவர் ஹார்ன் அடிக்க அடிக்க, அது துள்ளி ஓடியதே தவிர விலகவில்லை.

அது மிகுந்த வேடிக்கையாகப்பட்டது வள்ளிக்கு... கண்களில் நீர் பொங்கும்வரை, விழுந்து விழுந்து சிரித்தாள் அவள்.

'அம்மா, நாளைக்கு ஊரு கூடிச் சிரிக்கப் போறாகளாம். அப்ப நீயும் சேர்ந்து சிரிக்கணும். பாக்கி வச்சிரு. இப்பவே பூராவையும சிரிச்சுக் கொட்டிப் பிடாதே' என்றான் கண்டக்டர்.

பசு ஒரு தினுசாக விலகிக்கொண்டது...

பெரிய ஊர் ஒன்றின் நடுவே பஸ் ஓடியது. 'ரயில்வே கேட் அடைத்துக் கிடந்ததால், காத்து நின்றது. ரயில் வண்டி ஓடியது. பிறகு பஸ் புறப்பட்டு, பரபரப்பு மிகுந்த ஜங்ஷனை அடைந்தது. நடமாட்டமும் நாகரிகமும் முட்டி மோதிய கடைவீதி வழியாக, பெரிய ஹைரோடு வழியாக ஓடியது. டவுனுக்குள் பிரவேசித்தது. பெரிய வீதிகளில் சென்றது.

'அதிசய உலகத்தில் புகுந்த அலைஸ்' மாதிரி, வியப்பால் விரிந்த கண்களோடு வள்ளி அம்மை எல்லாவற்றையும் விழுங்கினாள். ஏயம்மா, எவ்வளவு கடைகள்: என்னென்ன சாமான்கள்; என்ன பகட்டு: எத்தனை ரகப் பட்டாடைகள்! வர்ண விஸ்தாரங்கள்... அவள் பிரமித்துவிட்டாள்...

'என்னம்மா இறங்கலியா? நீ கொடுத்த நாலரையணா செமிச்சுப் போச்சு' என்றான் கண்டக்டர்.

'நான் இறங்கலே. இதே காரில் திரும்பப் போறேன். இந்தா நாலரையணா என்று, சட்டைப் பையிலிருந்த அணாக்களை எடுத்து நீட்டினாள் வள்ளி.

'அவன் அந்தச் சிறுமியை அதிசயமாகப் பார்த்தான். ஏன், என்ன விஷயம்?' என்றான்.

"ஒண்ணுமில்லே. காரிலே வரணும்னு நினைச்சேன், அதுதான்."

'கீழே இறங்கி, ஊரைப் பார்க்கணும்கிற ஆசை இல்லையா? என்று அவன் கேட்டான்.

‘ஒத்தையிலேயா? அடியம்மா எனக்கு பயமாயிருக்குமே என்றாள் வள்ளி. அவள் அதைக் கூறிய விதமும், காட்டிய முகபாவமும் அவனுக்கு இனித்தன. ‘காரிலே வாறதுக்கு மட்டும் பயமாக இருக்கலியோ’

‘இதிலே என்ன பயம்’ என்று சவாலிட்டாள் சிறுமி.

‘சும்மா கீழே இறங்கி, அந்த ஓட்டலுக்குள்ளே போயி, காபி சாப்பிடு. பயம் ஒண்ணும் ஏற்படாது’ என்றான் கண்டக்டர். ‘ஊகும். நான் மாட்டேம்மா!’

‘சரி. நான் உனக்கு மிக்ஸ்சர், பக்கடா ஏதாவது வாங்கி வரட்டுமா?

‘வேண்டாம். என்கிட்டே காசு இல்லே. ஒரு டிக்கட் கொடு. அது போதும் என்று உறுதியாகச் சொன்னாள் அவள்.

‘நீ காசு தரவேண்டாம். நான் வாங்கித் தாறேன்.

‘வேண்டாம், வேண்டவே வேண்டாம்! அவள் உள்ளத்தின் உறுதி, குரலிலேயே தொனித்தது.

உரிய நேரம் வந்ததும் பஸ் புறப்பட்டது. இப்பொழுதும் அதிகமாக ஆட்கள் ஏறவில்லை.

‘உன்னை ஊரிலே உங்க அம்மா தேடமாட்டாங்களா. நீ பாட்டுக்கு இப்படி வந்துட்டியே! என்றான் கண்டக்டர், டிக்கட்டைக் கிழித்துக் கொடுத்தபோது.

‘ஒருத்தரும் தேடமாட்டாங்க. ஆமா’ என்றாள் வள்ளி.

வந்த வழியே மீண்ட பஸ் பிடித்துத் தந்த காட்சிகள் அவளுக்கு அலுப்புத் தரவில்லை. மகிழ்ச்சியைப் புதுப்பிக்கவே உதவின அவை...

அந்தப் பிரயாணம் மிகுந்த உற்சாகம் பெற்றே விளங்கியது. ஆயினும், ஆனந்தம் பூர்த்தியாகித் திகழ்வதைத் தடுக்க யாரோ சதி செய்தனர் போலும்! போகும்போது அவர்களுக்கு அதிகமான சந்தோஷத்துக்கு வழி செய்த பசுமாடு நடுரோட்டில் செத்துக் கிடந்தது. அவ்வழியே போன வேறொரு பஸ்ஸில் அடி பட்டு இறந்து கிடந்தது அது.

அழகான ஜீவன், தனது துள்ளலையும் துடிப்பையும் இழந்து, கட்டையாய் கோரமாய் விகாரமாய் கிடந்தது. கால்களைப் பரப்பிக் கொண்டு. கண்கள் பயங்கரமாக விழிக்க, ரத்தம் திட்டு திட்டாகச் சிதறிக் கிடக்க அது விழுந்திருந்தது. அதற்கு எமனாக வாய்த்த பஸ்ஸும் பக்கத்தில் நின்றது. சிறு கும்பல் கூடியிருந்தது...

இந்த பஸ் வேகத்தைக் குறைத்தது. ட்ரைவரும், கண்டக்டரும். மற்றவர்களும் விவரம் அறியத் துடித்தனர். அறிந்தனர். தம் வழியைத் தொடர முனைந்தனர். பஸ் புறப்பட்டு வேகத்தில் ஓடியது.

வள்ளி அம்மையும் அந்தக் காட்சியைப் பார்த்தாள். ‘அப்பதே துள்ளி ஓடிச்சுதே, அந்தப் பசு தானே?... ஆமா அதே பசுதான்’ என்று கண்டக்டரிடம் சொன்னாள்.

ஒவ்வொருவரும் அவரவர் கருத்தை ஒலிபரப்புவதில் ஆர்வம் உடையவராயினர். வள்ளி பிறகு வாய் திறக்கவேயில்லை......

'பாவம், பசுமாடு செத்துப் போச்சு! அது என்ன ஜோரா ஓடுச்சு! இப்ப இப்படி ஆயிட்டுதே.' என்று அவள் மனம் புலம்பியது. பிறகு அவள் அதிகமாக வேடிக்கை பார்க்கவுமில்லை. ஸீட்டோடு ஸீட்டாக உட்கார்ந்து விட்டாள்...

பஸ் 3.40 க்கு ஊர் வந்து சேர்ந்தது.

வள்ளியம்மை எழுந்து நின்று சோம்பல் முறித்தாள். 'போயிட்டு வாறேன், ஸார்' என்றாள்.

'போய் வாங்க, மேடம். இனி எப்பவாவது பஸ் சவாரி போகும் ஆசை ஏற்பட்டால், எங்க பஸ்ஸிலயே வாங்க. காசு கொண்டு வருவதுக்கு மறந்து போயிடாதீங்க' என்று சொன்னான் கண்டக்டர்.

அவள் சிரித்தபடி கீழே இறங்கினாள். குதித்துக் கொண்டு ஓடினாள். பசுவின் நினைப்பு வந்ததோ என்னவோ. நின்று திரும்பிப் பார்த்தாள்; பிறகு மெதுவாக நடக்கலானாள்...

வள்ளி அம்மை வீட்டுக்குள் அடி எடுத்து வைத்த போது, அவள் அம்மா விழித்திருந்தாள். யாரோ பேச வந்திருந்தார்கள். யார் என்று பார்த்தால், தெற்குத் தெரு அத்தை. அவள் ஒருத்தி பேச ஆரம்பித்தால் வாய்

லேசிலே ஓயாது. சளசளவென்று..... 'ஏட்டி, இவ்வளவு நேரமா எங்கட்டீ போயிருந்தே?' என்றாள் அத்தை. சும்மா ஒப்புக்கு விசாரித்த பேச்சு. பதில் எதிர்பார்க்கப் படவுமில்லை. அவள் சொல்லித்தான் தீரனும் என்கிற அவசியமும் இல்லை. ஆகவே, வள்ளி சும்மா சிரித்து வைத்தாள்.

பெரியவர்கள் பேச்சு சுவாரஸ்யமாகத் தொடர ஆரம்பித்தது.

'நீ சொல்றதும் சரிதான். ஊரிலே, உலகத்திலே என்னென்னவோ நடக்குது. நமக்குத் தெரியாமே எவ்வளவோ நடக்குது, எல்லாமா நமக்குத் தெரிஞ்சிருது? இல்லே, தெரிகிறதாத் தோணுற எல்லாம் நமக்குப் புரிஞ்சிருதா? என்றாள் அம்மா.

'ஆமா' என்று வள்ளி அம்மை ஒற்றைச் சொல் உதிர்த்தாள்.

'என்னடி அது?' என்று அவள் பக்கம் பார்த்தாள் தாய்.

'தெரியாமலே எவ்வளவோ நடக்குதுன்னியே, அதுக்கு ஆமான்னேன்' என்றாள் வள்ளி.

"முளைச்சு மூணு இலை குத்தலே. அதுக்குள்ளே இவ பெரிய மனுஷி மாதிரித்தான் எல்லார் பேச்சிலேயும் தலையிட்டுக்கிட்டு..." என்று அத்தை குறைகூறினள்.

வள்ளி அம்மை தானாகவே சிரித்துக்கொண்டாள். அதன் பொருள் பெரியவர்களுக்கு விளங்க வேண்டும் என்ற

ஆசை, அன்றையப் பொழுதுக்கு, அவளுக்கு இல்லை. அப்புறம் எப்படியோ!

பிரமை அல்ல

பண்ணையார் சூரியன் பிள்ளை தமது அனுபவத்தை யாரிடமாவது சொல்லவேண்டும் என்று ஆசைப்பட்டார். சொல்வதற்கும் தயக்கமாக இருந்தது அவருக்கு. தான் ஆலோசனை கோரி அதைச் சொல்லப் போக, மற்றவர்கள் கேலி செய்து பரிகசிக்கத் துணிந்தால் தனது கௌரவம் என்ன ஆவது என்ற அச்சமும் அவருக்கு இருந்தது. ஆகவே, 'பார்க்கலாமே, பார்க்கலாமே!' என்று தன் எண்ணத்தை ஏலத்தில் விட்டு வந்தார் அவர்.

ஆனால் தொடர்ந்து நாள்தோறும் அதே நிகழ்ச்சி எதிர்ப்படவும் அவர் உள்ளம் குழம்பியது உணர்வுகள் தறிகெட்டு, உடல் பலவீனம் ஏற்பட்டது. தனது எண்ணங்களை வெளியிடாமல், தன் உணர்ச்சிகளை வெளியே காட்டாது ஒடுக்கி வந்தால் கட்டாயம் தனக்குப் பைத்தியமே பிடித்துவிடும் என்று கருதினார் அவர். ஒருவேளை இப்பொழுதே பைத்தியம் பிடித்திருந்ததோ என்னவோ! இல்லையென்றால் அதை நிஜமாக நிகழ்ந்தது என்று எப்படிக் கொள்வது? யார்தான் அதை நம்புவார்கள்?...

அது நிஜமான தோற்றம் அல்ல என்றும் உறுதியாக நம்ப இயலவில்லை அவரால். அவருடைய கண்கள் அவரை ஏமாற்றிக் கொண்டிருந்தன என்று நினைக்க அவர் தயாராக இல்லை. அவர் மூளைதான் ஏதாவது சித்து விளையாட்டு புரிந்துகொண்டிருந்ததோ? இந்தச் சந்தேகம் அவருக்குச் சிறிதே உண்டு. ஆனால் இதர விஷயங்களில் எவ்விதமான குழப்பமும் ஏற்படவில்லையே கொடுக்கல் வாங்கல், கணக்கு

வழக்கு, பண்ணை விவகாரங்கள் முதலியவற்றில் எல்லாம் அவருடைய அறிவுத் தெளிவு வழக்கம் போல் மிளிரவில்லையா என்ன? அப்படியென்றால் இந்த நிகழ்ச்சிக்கு என்ன விளக்கம் கொடுப்பது? இதைப் புரிந்துகொள்ள முடியாமல் தான் திணறினார் பண்ணையார்.

முதன் முதலில் அது எப்பொழுது எப்படிக் காட்சி அளித்தது என்பது அவருக்கு வெகு நன்றாக ஞாபகமிருந்தது

அப்பொழுது அந்திவேளை மாடுகள் எல்லாம் தொழுவத்தில் ஒழுங்காகக் கட்டப்பட்டுள்ளனவா அவற்றுக்குத் தீவனம் சரியாக வைக்கப்பட்டிருக்கிறதா என்று 'மேற்பார்வை' இட்டுவிட்டுத் திரும்பிக் கொண்டிருந்தார் சூரியன் பிள்ளை. திடீரென்று அவர் உடலில் புல்லரிப்பு ஏற்பட்டது அவருக்கு முன்னால் கறுப்பாக ஏதோ ஒன்று ஓடுவதுபோல் தோன்றியது. அவர் கண்களைக் கசக்கிவிட்டு நன்றாகக் கவனித்தார். அது நின் றும் நகர்ந்தும் முன்னேறி வந்தது. நன்கு வளர்ந்து கொழுத்த காட்டுப் பன்றி அது என்பதை அவர் புரிந்து கொண்டார். எனினும் அவர் உள்ளத்தில் பயம் பரவியது. 'சீ' என்று காறித்துப்பினார்.

அந்தப் பன்றி சிற்றானைக் குட்டி மாதிரி இருந்த மிருகம் நின்று, நிமிர்ந்து பார்த்தது. சிறிய வட்டக் கண்களால் அவரை வெறித்து நோக்கி, 'உர்ர்உர்ர்' என்று உறுமியது. பிறகு அவரை அலட்சியப் படுத்தி விட்டு நகர்ந்தது.

‘இந்தத் தடிப்பண்ணி இங்கே எப்படி வந்தது? நம்ம சுற்று வட்டாரத்திலே இது மாதிரிப் பண்ணி எதுவும் கிடையாது’ என்று எண்ணினார் அவர்.

அந்த நேரத்தில் தோட்டத்தில் வேலையாட்கள் யாருமில்லை. எல்லோரும் அன்றைய அலுவல்களை முடித்துவிட்டு, அவரவர் வீட்டுக்குப் போய்விட்டார்கள், வண்டிக்காரன் மட்டும் இரவு ஏழு மணிக்கு வருவான். வீட்டிலும் யாரும் கிடையாது. பண்ணையாரின் மனைவி விசாலாட்சி அம்மாள் மஞ்சளும் குங்குமமுமாக போகவேண்டிய இடத்துக்குப் போய் சேர்ந்து சில வருஷங்கள் ஆகிவிட்டன. அவருடைய புத்திரபாக்கியம் பட்டணத்திலே படித்துக் கொண்டிருந்தான். ‘பனைகுடி ஆச்சி’ என்று பெயர் பெற்ற ஒரு பெரியம்மா பகலில் சாதம் ஆக்கி வைத்துவிட்டுப் போய்விடுவாள். இரவு நேரத்துக்கு ‘வெந்நீர்ப் பழையது’ தான். காப்பிடீ என்கிற நாகரிகமெல்லாம் பண்ணையாருக்கு ஒத்துக்கொள்ளவில்லை. அவை வேண்டும் என்று அவர் கவலைப்பட்டதுமில்லை. அதனால் சமையல்காரி மாலை வேளையில் வந்து எட்டிப்பார்க்க வேண்டிய அவசியமே இல்லாது போயிற்று.

ஆகவே, சத்திரம் மாதிரி மிக விசாலமான பெரிய அறைகள் மலிந்த அந்த வீடு வெறிச்சோடியே கிடக்கும். எப்போதும் தனியாகவே வாழ்ந்து பழக்கப்பட்ட சூரியன் பிள்ளைக்கு தனிமை ஒரு சுமையாகவோ வேதனையாகவோ தோன்றியதில்லை. இது வரையில் தான். ஆனால் அன்று எதிர்பாராத வகையிலே அந்தத் தடிப்பன்றியைப் பார்த்ததும் அவருக்கு அவருடைய தனிமையே சோகமாய் சுமையாய் தோன்றியது.

அதன் பிறகு அந்த் உணர்வு வளர்ந்து வந்ததே தவிர, இல்லாது தேய்ந்து விடவில்லை. காரணம், அந்தப் பன்றிதான். அவருடைய தனிமையைப் பயன்படுத்திக்கொண்டு அவருக்குத் தொல்லை கொடுப்பதற்காகவே எங்கிருந்தோ வந்து முளைத்திருந்தது அது!

'பன்றியா அது? எனக்கு என்னமோ அப்படித் தோணலே!' இந்த எண்ணம் பண்ணையாரின் உள்ளத்தில் நன்கு வேரோடி விட்டது. அவர் சுற்றி வளைத்து விசாரித்துப் பார்த்ததில், அண்டை அயலில் பன்றி வளர்ப்பவர் எவருமேயில்லை என்று நிச்சயமாகி விட்டது. சேரியில் வளரும் பன்றிகள் ஊருக்குள் வருவதில்லை. அப்படியே தப்பித்தவறி ஒன்றிரண்டு வரக் கூடும் என்று சொல்லலாமென்றாலோ பண்ணையார் பார்வையில் பட்டது போன்ற கொழுத்த பன்றி சேரியில் இல்லவே இல்லை. பின்,'தடிப்பண்ணி' எங்கேயிருந்து வருகிறது? அதுதான் அவருக்குப் புரியவில்லை.

காலையில், பட்டப்பகலில், ஆட்கள் வேலை செய்து கொண்டிருக்கும் சமயங்களில் எல்லாம் அந்தப் பன்றி தலை காட்டுவதே இல்லை. அந்தி சந்தியில், ஆட்கள் எல்லோரும் வீட்டுக்குப் போய்விட்ட பிறகு, யாருமே இல்லாமல் பண்ணையார் மட்டும் தனியாக இருக்கிற போது தான் அது வரும். தோட்டத்தில் திரியும். தொழுவத்தில் நிற்கும். வாசல்படியண்டை வரும். ஒருநாள் திண்ணை மீது கூட ஏறிவிட்டது!

அப்போதெல்லாம் அவர் உடல் பதறும் உள்ளம் நடுங்கும். தெளிவற்ற காரணம் புரியாத ஒரு பயம்

அவரை ஆட்கொள்ளும். அவர் மிகுந்த பிரயாசையோடு 'து!' என்று துப்பமுயன்று, சீ! போ சனியனே!' என்று சொல்லி முடிப்பார். அது எருமைக் கன்றுக் குட்டி மாதிரி வளர்ந்துவிட்ட தடிப்பன்றி நிதானமாக நின்று, மந்தமானஅழுக்குப் படிந்து மங்கிவிட்ட மஞ்சள் நிறக் கண்ணாடி வட்டங்கள் போன்றசிறு கண்களால் அவரை வெறித்துப் பார்க்கும்.

அக் கண்கள்... அவற்றை அவர் எங்கே பார்த்திருக்கிறார்?... அவரை என்னென்னவோ செய்யும். அவற்றில் பிறக்கிற ஒளியற்ற ஒளி அவருக்கு அச்சமும் அருவருப்பும் தரும். அந்தப் பன்றி வாயை விசித்திரமாக இழுத்துச் சுளிக்கும். அது அவ்ரைப் பரிகசிப்பது போலிருக்கும். அவருக்கு விளக்க முடியாத வெறுப்பும் வேதனையும் எழும்.

ஒருநாள் அந்திக் கருக்கலில்அவர் பட்டாசாலையில் இருந்த குத்து விளக்கை ஏற்றிவிட்டு, அரிக்கன் லைட்டில் ஒளி ஏற்படுத்தி அதை எடுத்துக்கொண்டு திண்ணைக்கு வந்து கொண்டிருந்தார். திண்ணைக்கும் இரண்டாம் கட்டுக்கும் இடையில் உள்ள வாசல்படியில் கறுப்பாய், உயரமாய் அது என்ன?... அவர் தேகம் நடுங்கியது. ஆமாம். அந்தப் பன்றிதான். ஏனோ அவர் அலறிவிட்டார். தெளிவற்ற ஓலம் தெறித்து விழுந்தது அவர் வாயிலிருந்து. நடுங்கிய கையிலிருந்து நழுவி விழுந்தது விளக்கு. விழுந்த விளக்கின் சிம்னி சிவீர் என்ற ஒலியோடு உடைந்து சிதறியது. ஒளி அவிந்துவிட்டது.

அந்தக்கணத்தில் அவர் அனுபவித்த பயம் தெளிவற்றது; அளவற்றது: அர்த்தமற்றது. அந்தப் பன்றி வீட்டுக்குள்ளேயே வந்துவிடுமோ என்ற அச்சம், வந்து

விட்டது போல், தன்னை நெருங்கிக் கொண்டிருப்பது போல், அசிங்கமான அதன் வாய் தன் உடல் மீது பதிவதற்காகத் தணிவதுபோல் ஒரு குழப்பம். அது நீங்குவதற்குச் சில நிமிஷங்கள் பிடித்தன. தெளிவு ஏற்பட்ட பிறகுகூட அவரது உடல் நடுக்கம் தீர்ந்துவிட வில்லை.

அவர் உள்ளே சென்று வேறொரு விளக்கை எடுத்து ஏற்றிக்கொண்டு வெளியே வந்தார். அப்பொழுது தெருவில் காலடி ஓசை கேட்கவும் அவருக்குத் திக்திக் கென்றது. யாரது? என்று கத்தினர் அவர். கூப்பாடாக வெடித்த அக்கேள்வி அவர் குரலை விசித்திரமானதாக ஒலிபரப்பியது.

அதனால் திகைப்படைந்த வண்டிக்காரன், 'என்ன எசமான், நான்தான்மாணிக்கம்! என்று அறிவித்தான்.

'நீ வந்துட்டியா!' இதில் அவருக்கு ஏற்பட்ட ஆனந்தம் நன்கு ஒலி செய்தது. 'நல்ல வேளை, இப்பவாவது வந்து சேர்ந்தியே!' என்ற அர்த்தம் தொனித்தது. 'என்ன, சாப்பாடெல்லாம் ஆச்சுதா?' என்று கேட்டு வைத்தார் அவர். பேச வேண்டும் பேச்சுக் குரலைக் கேட்கவேண்டும் என்ற துடிப்பு அவருக்கு.

'நீ உள்ளே வரும்பொழுது வாசல் பக்கமாக ஒரு பன்றி போச்சுதா? தடியாய், உயரமாய், கொழு கொழு என்று...'

பண்ணையாரின் கேள்வி மாணிக்கத்தின் ஆச்சர்ய உணர்வையும் திகைப்பையும் அதிகப்படுத்தியது. 'பன்றியா? இங்கே எதுவும் வரலியே, எசமான்!' என்றான் அவன். 'காம்பவுண்டின் கம்பிக் கதவு அடைத்தே தான்

கிடந்தது. உள்ளே சிறு நாய் கூட வந்திருக்க முடியாது, எசமான்' என்றும் உறுதியாகச் சொன்னான் அவன்.

'உம், உம்' என்று முனகினார் பண்ணையார். சில தினங்களாகத் தனக்கு நேர்ந்த அனுபவங்களை தன் வாழ்க்கையில் பூத்துவிட்ட விசித்திரத்தைபற்றி அவனிடம் சொல்லலாமா, வேண்டாமா என்று யோசித்தார் அவர். பலத்த ஆலோசனைக்குப் பிறகு, மிகுந்த தயக்கத்தின் மீது, அவர் எல்லாவற்றையும் அவனிடம் கூறினார். அவனுடைய அபிப்பிராயத்தை விசாரித்தார்.

'இது ஏவல்தான் எசமான். அதிலே சந்தேகமே வேண்டாம் என்று அறிவித்தான் மாணிக்கம். ஏவல் என்கிற மாயத்தைப் பற்றியும் அவன் சொன்னான். கண்ணுக்குப் புலனாகாத சக்தி எதுவோ விட்டெறியக் கூடிய கற்களைப் பற்றியும், திடீர் திடீர் என்று தீப்பற்றி எரிவதுபோல் தோன்றுவது பற்றியும், ஒருவர் பார்வையில் மட்டும் கோரமான கொடுமையான அசிங்கமான விஷயங்கள் பலவும் தென்படக்கூடிய விதம் பற்றியும், இன்னும் பல மர்மங்கள் பற்றியும் அவன் எடுத்துச் சொன்னான். 'அவருக்கு இப்படித் தான் நேர்ந்தது' 'இங்கே எனக்குத் தெரிஞ்ச ஒருவருக்கு இது மாதிரிதான்...' என்று ஆரம்பித்து, கதை கதையாகச் சொன்னான் அவன். அவற்றில் அநேகம் நம்பக் கூடியனவாகவும், சில நம்ப முடியாதவையாகவும் தொனித்தன.

'இப்படியெல்லாம் நடக்குமா, மாணிக்கம்? என்று சந்தேகத்தோடு கேட்டார் பண்ணையார்.

‘நடக்குமாயின்னு மெதுவாக் கேக்கிறீங்களே! நடக்குது எசமான், நடந்து கொண்டே இருக்குது. இந்த உலகத்திலே என்னென்ன அநியாயமெல்லாமோ, அதிசயமெல்லாமோ நடக்குது. எவ்வளவோ சங்கதிகளே நம்மாலே புரிஞ்சுகொள்ள முடியலே’ என்றான் மாணிக்கம். உங்களுக்கு சந்தேகமிருந்தால் மாடசாமியிடம் கேட்டுப் பாருங்கள். நாளைக்கு நானே அவனைக் கூட்டி வாறேன்’ என்றும் கூறினன்.

மறுநாள் மாடசாமி வந்து சேர்ந்தான். அவ்வூர் அம்மன் கோயில் பூசாரி அவன் ‘விபூதி மந்திரித்துப் போடுதல்’, ‘திருவிளக்கு மை வைத்து நடந்தது நடக்கப் போவது எல்லாம் அறிந்து சொல்லுதல் போன்ற வித்தைகளையும் அவன் ஒரு சிறிது கற்றிருந்தான். அதனால் அவனுக்கு நல்ல செல்வாக்கும், திருப்திகரமான வரும்படியும் கிடைத்தன.

அவன் வந்தான். மை போட்டுப் பார்த்தான். ‘இதெல்லாம் சூனியக்காரன் ஒருவன் செய்கிற வேலை தான்’ என்று சொன்னான். அதற்கு மாற்று வைக்கும்படி மாணிக்கம் வேண்டிக் கொள்ளவும் மாடசாமி பணிவுடன் தலை அசைத்தான்.

‘எனக்கு அவ்வளவு தூரத்துக்கு சக்தி இல்லை. இது மாதிரி மந்திர தந்திர வேலைகள், சூன்யம் வைப்பது, வைத்ததை எடுப்பது, செய்வினை வைத்திருந்தால் அதை முறிக்கத் தகுந்த நடவடிக்கைகளைக் கையாள்வது முதலியவற்றுக்கெல்லாம் மலையாளத்து மந்திரவாதிகள்தான் கைகாரர்கள். எனக்கு அவ்வளவாக ஞானம் பற்றாது என்று சொன்னான் அவன்.

‘அது சரி, இந்தப் பண்ணி கண்ணிலே படாமல் இருக்கணுமின்னா என்ன செய்யவேண்டும்? என்று சூரியன் பிள்ளை கேட்டார்.

‘உங்க பண்ணையிலே வேலைசெய்கிற ஆட்களிலே ஒருவனேதான் இதுக்கு மூலகாரணம். நீங்க ஒண்ணு பண்ணுங்க. கொதிக்க கொதிக்க வெந்நீரை ரெடியா வச்சிருங்க. அந்தப் பண்ணி கண்ணிலே படும் போதெல்லாம் வெந்நீரை அள்ளி அது மேலே வீசி அடியுங்க. பயப்படாமே என்ன ஆகுமோ, ஏது ஆகுமோ என்று கவலைப் படாமல் வெந்நீரைக் கொட்டிக் கொண்டே இருங்க. அப்புறம் என்ன நடக்குதோ, பார்ப்போம் என்று மாடசாமி வழி வகுத்துக் கொடுத்தான்.

சூரியன் பிள்ளைக்கு இந்த வழி மிகவும் பிடித்து விட்டது. சுலப சாத்தியமானதாகவும் தோன்றியது. அந்தத் தடிப்பன்றி அந்தி நேரத்தில் தானே ஆஜராகிறது. சாயங்காலம் அஞ்சு மணியிலிருந்தே வெந்நீர் தயாராக இருக்கவேண்டும் என்று உத்திரவிட்டார் அவர்.

தொழுவத்தில் அடுப்புக் கட்டிகள் மீது ஒரு கொப்பரை நிறையத் தண்ணீர் தோட்டத்தில் அடுப்பு மீது ஒரு ‘அண்டாவிலே’ தண்ணீர். வாசலில் திண்ணை ஓரத்தில் விசேஷமாக அடுப்பு அமைத்து அதன் மீதும் ஒரு கொப்பரைத் தண்ணீர். இவற்றைச் சூடுபடுத்தத் தனித்தனி ஆட்கள், அருகிலே கைக்கு வசதியாக வாளி செம்பு வகையரா. தீவிரமாகச் செயல் புரிவதற்கு வழி கிடைத்துவிட்ட உற்சாகத்திலே திட்டம் தீட்டினர் பண்ணையார்.

இவ்விஷயம் வேலையாட்கள் எல்லோர் காதுகளையும் எட்டியது. ஒவ்வொருவரும் பண்ணையாரின் போக்கைப் பற்றி ஒவ்வொரு விதமாகப் பேசினார்கள். ஆயினும் அதிசயம் நிகழாது போகவில்லை.

வெந்நீர் தயாரிக்கத் தொடங்கிய நாளிலிருந்து தடிப்பன்றி தலைகாட்டாமலே போய்விட்டது. ஒரு நாள். இரண்டு நாள், ஒரு வாரம் ஊம் ஹூம், அது விஜயம் செய்யவே இல்லை.

வெந்நீர் வைத்தியம் பற்றி பண்ணியா பிள்ளைக்கும் தெரிஞ்சுபோச்சு! அதனலேதான் அவரு பயந்துபோயிப் பம்மி விட்டாரு!' என்று பண்ணையார் மாணிக்கத்திடம் சொன்னார். ரசித்துச் சிரித்தார்.

அதற்காக வெந்நீர் தயாரிப்பை நிறுத்திவிடவில்லை அவர். அதுபாட்டிற்கு ஒழுங்காக தினந்தோறும் மூன்று கொப்பரை நிறைய வெந்நீர் கொதிக்கக் கொதிக்கத் தயாராகி வந்தது. பண்ணையாருக்கு என்ன! விறகு இல்லையே என்ற கவலை ஏற்படப் போகிறதா? தண்ணீர் கஷ்டமா? இல்லை, வேலை ஆட்களுக்குத்தான் குறைவா! ஆகவே தினசரி சாயங்காலம் வெந்நீர் தயாராகிக் கொண்டிருந்தது.

'வரும் வரும், என்றாவது ஒரு நாள் அந்தத் தடிப் பண்ணி திரும்பவும் வராமலா இருந்துவிடும்! அப்ப பார்த்துக்கொள்வோம், என்று நம்பியிருந்தார் பண்ணையார்.

அவர் நம்பிக்கை வீண் போகவில்லை.

பத்து நாட்கள் வராதிருந்த பன்றி பதினோராவது நாள் வந்து சேர்ந்தது.

அப்பொழுதும் அந்தி நேரம்தான். ஆட்கள் எல்லோரும் விடை பெற்றுக்கொண்டு போய் விட்டார்கள். மாணிக்கம் மாத்திரம் இருந்தான்.

பண்ணையார் தொழுவத்தின் பக்கம் நின்றார். மாணிக்கம் மாடுகளுக்குப் பருத்திக் கொட்டையும் தவிடும் கலந்து வைத்துக்கொண்டிருந்தான். திடீரென்று சூரியன் பிள்ளை 'ஏ ஏய். வெந்நி எடு! வாளியை எடு!'என்று கத்தினார். பாய்ந்து சென்று ஒரு வாளியில் வெந்நீரை அவசரம் அவசரமாக மொண்டு எடுத்தார்.

"மாணிக்கம், ரெடியா நில்லு. அதோ பண்ணி வருது...நம்ம பக்கமாகத்தான் வருது' என்று மெதுவாக ஆனால் பதட்டத்தோடுகூறினார்.

மாணிக்கம் அங்குமிங்கும் பார்வை எறிந்தான். அவன் கண்ணில் எதுவுமே தென்படவில்லை. அதைச் சொல்ல வாயெடுத்தான் அவன்.

'ஆனால் சத்தம் போடாதேடா முட்டாள்!' என்று சீறினர் பண்ணையார் வாளித் தண்ணீரை வேகமாக வீசி ஆடித்தார். இன்னொரு தடவை வெந்நீரை வாளியோடு விட்டெறிந்தார். வேகமாகக் குனிந்து செம்பை எடுத்தார். இன்னும் வெந்நீர் கோதுவதற்காகத் தான்.

'எசமானுக்குப் பைத்தியம் சரியானபடி முத்திவிட்டது!' என்றுதான் எண்ணினான் அவரையே கவனித்து நின்ற

மாணிக்கம். ஆனால் அவன்கூடத் திடுக்கிட்டுத் திகைப்படைய நேர்ந்தது அதே வேளையிலே.

பண்ணையார் வெந்நீரை வாளியோடு விட்டெறியவும் அது பன்றி மீது நன்றாகத் தாக்கியது. கொதிக்கும் நீர் படவும் வாளியின் தாக்குதலும் சேரவே பன்றியிடமிருந்து ஒரு அலறல் பிறந்தது. வேதனைக் குரல் மிருகத்தின் கூச்சலாகவும் இல்லாமல் மனித ஓலமாகவும் இல்லாமல், ஆயினும் இரண்டும் ஒன்றிக் கலந்தது போன்றதுயரக் கதறலாக ஒலித்தது. அது சூரியன் பிள்ளையின் உடலை உலுக்கியது. மாணிக்கத்துக்குப் பெருத்த அதிர்ச்சி உண்டாக்கியது அது, பண்ணையார் கண் முன்னாலேயே அந்தப் பன்றி மறைந்து விட்டது.

அது எப்படி மறைந்தது, எங்கே போயிருக்கும் என்று பண்ணையாருக்கும் புரியவில்லை. பன்றியைக் காண முடியாது நின்ற மாணிக்கத்துக்கோ அந்த அலறலே பயங்கரமாய், புரிந்து கொள்ள முடியாத மர்மமாய், உள்ளத்தை என்னென்னவோ பண்ணுவதாய் அமைந்து விட்டது.

அவ்விருவரும் அதைப்பற்றிப் பேசக்கூடத் தயங்கினர். இனம் புரிந்து கொள்ள முடியாத ஒருவித அச்சம் இருவர் தேகத்தையும் நடுங்க வைத்தது.

மறுநாள் வழக்கம்போல் விடிந்தது. வழக்கமான அலுவல்கள் தொடங்கின. பண்ணையில் வேலை செய்யும் ஆட்களில் ஒருவன் மட்டும் வரவில்லை.

‘திடீரென்று அவனுக்கு என்னவோ ஏற்பட்டு விட்டது. உடம்பெல்லாம் ஒரே ரணம். தீ பட்டது போல் தேகம்

வெந்து புண்ணாகியிருக்குது. நெஞ்சுக் கிட்டே பலமான காயம் வேறே. அதெல்லாம் எப்படி ஏற்பட்டது என்று விசாரித்தால் அவன் வாய் திறந்து பதிலே சொல்ல மாட்டேன்கிறான் என்று ஒருவன் பண்ணையாரிடம் முறையிட்டான்.

சூரியன் பிள்ளைக்கு இந்தப் பேச்சு எதையோ தெளிவுபடுத்துவது போலிருந்தது. பூசாரி மாடசாமி சொன்னதும் அவர் நினைவில் எழுந்தது. அவர் மாணிக்கத்தையும் கூட்டிக்கொண்டு சுடலைமுத்து என்கிற அந்த நபரைக் காணச் சென்றார் .

அவரிடம் ஒருவன் வர்ணித்தானே அந்த நிலையில்தான் அவன் கிடந்தான். பண்ணையாரைக் கண்டதும் அவன் கண்கள் ஆத்திரத்தோடும், பகைமையோடும், வெறியோடும் அவரை உற்று நோக்கின. அந்தக் கண்கள் ...அவற்றின் பார்வை...பண்ணையாருக்கு தடிப் பன்றியின் நினைவு தானாகவே எழுந்தது. மிகத் தெளிவாக கண் முன் நிற்பது போல் நிழலாடியது அத் தோற்றம்.

அவர், என்ன சொல்வது என்று புரியாதவராய்...என்ன செய்ய வேண்டும் என்று அறியாதவராய்...மேலும் கீழும் பார்த்தபடி நின்றார். சுடலைமுத்து சரியாக வேலை செய்யவில்லை என்பதற்காக ஒரு சமயம் அவர் அவனைச் சாட்டையால் அடித்ததும், இன்னொரு தடவை அவனைப் பட்டினி போட்டதும் அவர் நினைவுக்கு வந்தது.

‘அதுக்கெல்லாம் சேர்த்து, பயல் நமக்குப் பாடம் கற்பிக்க ஆசைப்பட்டான் போலிருக்கு! அவனே சரியானபடி பாடம் படித்துவிட்டான்!’ என்று எண்ணினார் பிள்ளை.

வாய்விட்டுச் சிரித்தார். ‘அடேய் பன்னிப் பயலே! உனக்கு ஏன்லேய் இந்தப் புத்தி வந்தது?’ என்று கேட்டுவிட்டு, மேலும் சிரித்தார் பண்ணையார்.

சிலந்தி

சிதம்பரத்தின் உடல் இன்னும் நடுங்கிக் கொண்டிருந்தது, உள்ளத்தின் பதை பதைப்பும் ஒடுங்கி விடவில்லை.

அயர்ந்து உறங்கிக் கொண்டிருந்தவன் திடுக்கிட்டு விழித்தெழுந்தான். பரபரவென்று போர்வையை உதறினான். அவனே அப்படி எழுந்திருக்கும்படி தூண்டியது...

அதுதான் அவனுக்குப் புரியவில்லை. அது வெறும் கனவா? நனவு தூண்டிய உணர்வா? அல்லது, உள்ளுணர்வு தந்த அபாய அறிவிப்பா?

கனவு என்றால் -

நிஜமாக முன் நின்றது அதை மறைக்கும்படி தூண்டியது.

நிஜம் - நனவின் விளைவு - என்றால், தூங்கிக் கொண்டிருந்தவன், கன்னக் கனிந்த இருட்டிலே அதை தெள்ளத் தெளிவாக அறிய முடிந்தது எவ்வாறு?

உள்ளுணர்வின் உந்துதல் என்றாலோ -

உள்ளுணர்வு உணர்வைத் தூண்டலாம். மூளையை விழிப்புறச் செய்யலாம். தூங்கும் போதுகூட, கண் ணினால் காண்பது போல் பளிச்செனப் புலப்படுத்து வதற்கு அதற்கு ஏது சக்தி? உள்ளுணர்வு அதீதமான கண்களும் பெற்றிருக்குமோ?

சிதம்பரத்துக்கு எதுவுமே புரியவில்லை. அறிவைக் குழப்பும் விஷயமாகத்தான் அமைந்தது அது.

இரண்டு கண்கள். அவனையே வெறித்து நோக்கும் ஒளிப்பொறிகள். சூரியனின் கதிர்களை ஏற்றுப் பளீரென ஒளி வீசும் மணிகள்போல் மினு மினுக்கும் கண்கள்... அவனை உற்று நோக்கியவாறிருந்தன. அக் கண்கள் பொதிந்த தலை பெரிதாய், விகாரமாய், வெறுப்பு ஏற்படுத்துவதாய், ஒருவித பயமும் தருவதாய் இருந்தது. அதற்கேற்ற உடல்... அதில் முளைத்தெழுந்த எட்டுக் கால்கள் உடலைவிடப் பெரியனவாய் அதன் வேக இயக்கத்துக்குத் துணை புரிவனவாய்...

'ஐயோ, சிலந்திப் பூச்சி!' என்று அலறியது அவன் மனம். ஐயய்யோ நம்ம மேலே ஏறிவிடும்போல் தோணுதே' என்று பதறியது.

அவன் விழித்து, அலறியடித்துக்கொண்டு எழுந்தான். அவன் உடல்மீது பூச்சி வேகமாக ஒடுவது போன்ற உணர்வு ஏற்பட்டது. கையினால் தடவித் தள்ளினான் துடித்து எழுந்து, ஸ்விச்சைத் தட்டினான்.

இரவின் ஆழத்தில் கிணற்றில் விழும் கல் 'டுபுக்' கென ஒலி எழுப்புவதுபோல் அது கனத்த ஓசை எழுப்பியது. ஒளியைக் கொட்டி எங்கும் பூசியது சிறு 'பல்ப்'.

கண்களைக் கூச வைத்த அவ்வொளி வெள்ளத்திலே அவன் அதைக் கண்டான். சுவரோடு தரை கூடும் இடத்தில் சுவரோடு சுவராய், தரையோடு தரையாய் அது ஒண்டியிருந்தது. பெரிய சிலந்திப் பூச்சி. நன்கு வளர்ந்து

தடித்தது. அழுக்கு முட்டிய ஏதோ ஒரு உருண்டை போல அருவருப்பு தரும் உடல். அதன் மீதுள்ள ரோமங்களும் புள்ளிகளும் அவன் பார்வையை உறுத்தின. அதன் கண்கள் விளக்கொளியில் மினுமினுத்தன.

அப்படியே அந்தப் பூச்சியை நசுக்கிக் கொல்ல வேண்டும் என்று துடித்தது அவன் உள்ளம். ஆனால், வெறும் பாதத்தினால் அதை மிதித்து நசுக்க அஞ்சினான் அவன். பழந்துணியையோ, செருப்பையோ தேடித் திரிந்தன அவன் விழிகள். அவன் செருப்பை எடுத்து வருவதற்குள் அந்த எட்டுக்கால் பூச்சி வேறு இடத்துக்கு ஓடியிருந்தது. அவன் கண்கள் அதைக் கண்டு பிடிக்கச் சிறிது சிரமப்பட்டன.

சிலந்தி சுவர்களின் ஒரு மூலையில் தரை ஓரத்தில் பதுங்கியிருந்தது.

'இங்கேயா இருக்கிறது?' என்று முனங்கியபடி அவன் வேகமாக அறைந்தான். செருப்பு பூச்சியின் மீது பட்டது. ஆயினும் அதைச் சாகடிக்கும் விதத்தில் தாக்கவில்லை.

அது ஓடியது. அதன் கால் ஒன்று தரையில் தனியாகக் கிடந்தது.

பூச்சி வேறொரு இடம் சேர்ந்து அசையாமல் நின்றது. சிதம்பரம் தாமதிக்கவில்லை. இந்தத் தடவை தவறு செய்யவுமில்லை. சரியாக அதைத் தாக்கி நசுக்கித் துவைக்கும் விதத்தில் செருப்பை உபயோகித்தான்.

சிதைந்து, உருக்குலைந்து, அசிங்கமான திரவமும் உடலும் கூழாகிவிட்ட நிலையில் காட்சி அளித்தது சிலந்தி.

அதைத் துடைப்பத்தால் எடுத்துத் தூர எறிந்து விட்டு அவன் படுக்கையில் படுத்தான். விளக்கு எரிந்து கொண்டுதானிருந்தது. அவன் மனம் ஒடுங்கவில்லையே! அவனுக்கு இனி தூக்கம் வருவதாவது!...

சிலந்திப் பூச்சி என்றாலே சிதம்பரத்துக்கு மன உளைச்சல்தான். அவனுக்கு அது ஒரு அப்ஸஷன்'.

* * *

சிலந்தி மிக மோசமான ஜந்து என்பது சிதம்பரத்துக்கு அவனது எட்டாவது வயசில் புரிந்தது.

அவன் உடலில் வட்டம் வட்டமாக 'பற்று' படர்ந்தது. அரிப்பெடுத்தது. சொறிந்தால், புள்ளிகள் போல் அடை அடையாய் தென்பட்டன. அவை கழுத்திலும், மார்பிலும், முதுகிலும் எங்கும் பரவின.

'இது எட்டுக்கால் பூச்சி விஷத்தினால் ஏற்பட்டிருக்குது. நீ தூங்குகிறபோது சிலந்திப் பூச்சி கடித்திருக்கும், இதற்கு பார்வை பார்க்கணும் என்று பெரியம்மா ஒருத்தி உபதேசித்தாள். 'பார்வை பார்ப்பதில்' தேர்ந்த ஒரு பெரியவர் இருக்குமிடத்தையும் அவள் குறிப்பிட்டாள். 'போகும்போது ஒரு பாட்டிலும் கொண்டு போ. பச்சை நிற பாட்டில் வேணுமின்னு அவர் சொல்லுவார். வெள்ளை பாட்டில் ஆகாதாம். அதனாலே பச்சை

பாட்டிலே எடுத்துப் போ. அவரு மந்திரிச்சு தண்ணீர் தருவாரு. அதை என்ன செய்யணுமின்னும் சொல்லுவாரு’ என்றும் அறிவித்தாள்.

அவ்வாறே அவன் செய்தான். ‘சிவப்பழம்’ ஆகத் தோன்றிய பெரியவர் அவனைத் தன்முன் நிறுத்தி மந்திரித்தார். முனங்கி, தண்ணீரை அள்ளிச் சுற்றி, அவன் தலைமீது தெளித்தார். தம்ளரில் பாக்கியிருந்த நீரை, அவன் கொண்டு வந்திருந்த புட்டியில் ஊற்றி அவனிடம் கொடுத்தார்.

‘இந்த பாட்டிலை கீழே எங்கும் வைக்காமல் வீட்டுக்கு எடுத்துப் போ. வீட்டிலும் தரையிலே வைக்கப் படாது. மரப்பலகை மீதுதான் வைக்க வேண்டும். ஸ்டுல் அல்லது பெஞ்சு அல்லது அலமாரித் தட்டு இது மாதிரி எதன் மேலாவது வை. இந்தத் தண்ணியை மூன்று வேளைகளில் குடித்துத் தீர்த்துவிடு. சரியாகப் போம் என்றார்.

அவனும் பயபக்தியோடு, அவர் அறிவித்தபடியே செய்து முடித்தான். அவன் தேகத்தில் படர்த்த பூச்சிக்கடி விளைவு மாயமாக மறைந்துவிட்டது. . .

அது எதனால் நேர்ந்தது?

அன்றும் அது அவனுக்கு விளங்கவில்லை. அதன் பின்னரும் தெளிவு ஏற்பட்டதில்லை.

'சிலர் கண்களுக்கும் எண்ணத்துக்கும் விசேஷமான ஒரு சக்தி உண்டு. அவர்கள் கூர்ந்து பார்த்து, திடமனசோடு

எண்ணினால், அந்த எண்ணத்தின்படி பலன் ஏற்படும்' என்கிறார்களே. 'பார்வை பார்த்த' பெரியவரும் அத்தகைய ஆத்ம சக்தி பெற்றிருக்கலாம். மற்றவர்களுக்கு நம்பிக்கை ஏற்படுத்துவதற்காக ஒருவிதமான பயமும் பக்தியும் உண்டாக்குவதற்காக தண்ணீர், பச்சை நிற பாட்டில், அதை மரப்பலகை மீதுதான் வைக்க வேண்டும் எனும் விதி என்றெல்லாம் அவர் ஒழுங்கு செய்திருக்கலாம்.

இவ்வாறு சிதம்பரம் பிற்காலத்தில் எண்ணியது உண்டு. எனினும் இதுதான் சரி என்று அவன் உள்ளம் துணிந்து சாதித்ததில்லை...

இந்த இரவில், தடித்த பூச்சியைக் கொன்று விட்டு, படுக்கையில் படுத்துக் கிடந்த போதும் அவன் அதைப் பற்றி எண்ணினான்.

முன்பு பார்வை பார்த்த பெரியவர் இறந்து எவ்வளவோ வருஷங்கள் ஆகிவிட்டன. அதன் பிறகு சிதம்பரம் பல தடவைகள் சிலந்திப் பூச்சிக் கடியினால் அவதிப்பட்டது உண்டு. அச் சந்தர்ப்பங்களில் எல்லாம் அவன் பெரியவரைப்போல் 'மந்திரிக்கக்கூடிய ஆள் எவரையும் காண முடிந்ததில்லை. மேலும், பூச்சிக் கடியின் விளைவு சில தினங்களில் தானாகவே மறைந்து விடும்.

எனினும், அவன் உள்ளத்தில் சிலந்தி தனியொரு இடம் பெற்று நின்றது. நினைவாக வளர்ந்து அரித்துக் கொண்டிருந்தது. கனவிலும், நுண்ணிய இழைகளை ஓடவிட்டு வலை பின்னி அவன் மூளையில் பதிய வைத்தது. பித்தாய், பேயாய், படுத்தி வந்தது. கோளாறாய், குணக் கேடாய், வளர்ந்து அவனை ஆட்டிப் படைத்தது.

சிறு சிறு பூச்சிகளிலிருந்து பென்னம் பெரிய சிலந்திகள்வரை, பலரகமான பூச்சிகள் சதா அவன் நினைவில் ஊர்ந்து கொண்டிருந்தன. எப்பவாவது ஏதாவது பூச்சி கடித்தாலும் கூட, சிலந்தி தான் கடித்திருக்கும் என்று நம்பி அவன் கஷ்டப்படுவது வழக்கம். 'காணாக்கடி'யாக ஏதாவது அவனை கடித்துக்கொண்டு தானிருந்தது. தேகத்தில் அங்குமிங்கும் அரிப்பும், கழுத்துப் பக்கத்திலும் மூக்கோரத்திலும் கண் இமைகள் மீதும் வட்டங்களாகவும் புள்ளிகளாகவும் பற்று வருவது போவதாகவும் இருந்தன.

அவனைக் கடிக்காத வேளைகளில்கூட. சிதம்பரத்தின் மனம் சிலந்திப் பூச்சிகளைத் தேடித் திரிந்தது. அவன் நினைவு அந்தப் பூச்சியைச் சுற்றியே வலை பரப்பியது. எங்கோ எப்போதோ படித்ததன் நினைவு அவன் தூக்கத்திலே கனவாய், பயங்கரமாய் நிழலாடுவது முண்டு.

ஆப்பிரிக்காவிலோ, அல்லது வேறு எங்கோ, ஒருவகைச் சிலந்தி உண்டு. மனிதர் கீழே படுத்துத் தூங்கும்போது அந்தப் பூச்சி வந்து அவர்கள் தலைமீது ஊர்ந்து, மயிர் முழுவதையும் கத்திரித்துவிடும். அது ஆப்படிச் செய்வது, படுத்துத் தூங்குகிறவனுக்குத் தெரியாது. அவன் விழித்தெழுந்த பிறகு தான் தனது தலை மொட்டையாகியிருப்பதை உணர முடியும்.

இதை அவன் ஒரு பத்திரிகையில் படித்தது முதல் இச் செய்தியால் பித்துற்றான். அந்த ரகச் சிலந்தி மனிதர் தலைமுடியை மட்டும் தான் கத்திரிக்குமா; அல்லது. மயிர் அடர்ந்த உடல் பெற்ற பிராணிகள் மீதும் ஊர்ந்து

தனது வேலையைக் காட்டுமா? அவன் அறிவு இவ்வாறு குரல் கொடுத்தாலும் கூட, இச் சந்தேகத்தை விட அவனது விசித்திர உணர்வே அதிக வலிமை பெற்று மேலோங்கியது.

தூக்கத்தில் அவன் கை தலையைத் தடவிப் பார்த்துக் கொள்ளும். இரவில் இரண்டு மணிக்கும், மூன்று மணிக்கும் வேளைகெட்ட வேளைகளில் எல்லாம்விந்தைச் சிலந்தி அவனது அடர்ந்த கரிய தலை முடியினூடே புகுந்து விளையாடுவது போன்ற உணர்வு பெற்று அவன் திடுக்கிட்டு எழுவான். மயிர் கொட்டி விடவும், மண்டையில் அங்கங்கே சொட்டை விழுந்து விகாரத் தோற்றம் பெற்றுவிட்டது போல் அவனுக்குப் படும். உடனே விளக்கை ஏற்றி, கண்ணாடி முன் நின்று ஆராய்ச்சி செய்வான் அவன். ‘டாரன்ச்சலா’ என்ற இனத்துப் பூச்சி பற்றி அவன் அறிந்தது முதல், சிதம்பரத்தின் மனப்பித்து மோசமான நிலை எய்தியது...

டாரன்ச்சலா இனச் சிலந்தி பெரியது; மயிர் செறிந்தது. விகார உருவம் பெற்ற இது உயிருக்குத் தீங்கு விளைவிக்கும் விஷம் உடையதல்ல. இத்தாலியிலும் ஐரோப்பாவின் வேறு சில நாடுகளிலும் காணப்படுகிற இந்தச் சிலந்தியால் கஷ்டப்படுகிறவர்களுக்கு நாட்டியம் ஆட வேண்டும் என்ற வெறி பிறக்குமாம். அவர்கள் அந்த உணர்வு தீருகிறவரை வெறியாட்டு ஆட வேண்டியதுதான். ..

சிதம்பரம் இந்த இனச் சிலந்தியை நேரில் காணும் வாய்ப்பு பெற்றவனல்ல. அதன் படத்தை மட்டுமே கண்டிருந்தான். ஆயினும் டாரன்ச்சலா அவன் மூளையில் ஒரு பகுதியில் குடியேறிவிட்டது!

அந்தப் பெருஞ் சிலந்தி அவனைக் கடித்துவிட்டது போலவும், 'ஆடு! எழுந்து குதித்து, கூத்தாடுடா பயலே!' என்று உத்திரவிடுவது போலவும் உணர்வு எழும் அவனுக்கு.

ஒன்றிரண்டு தடவைகள் அவன் எழுந்து நின்று 'திங்கு திங்கென்று' குதித்துக் கூத்தாடவும் செய்திருக்கிறான். நல்லவேளே! அச்சந்தர்ப்பங்களில் அவன் தனியனாய் தனது அறையிலேயே இருந்தான். வேறு எங்காவது இருந்திருந்தால் அவனுக்குப் பைத்தியம் என்றே மற்றவர்கள் முடிவு கட்டியிருப்பார்கள்.

அவனுக்குப் பைத்தியம்தானா? அல்லது, பைத்தியத்தின் ஆரம்ப நிலையா? பைத்தியத்தின் வித்து விழுந்து, மனம் சிறிது சிறிதாகப் பேதலித்து வரும் தன்மையோ? அறிவு மயக்கமும் தெளிவும் மாறி மாறி வரும் நிலைமையாக இருக்குமோ?

திட்டமாகச் சொல்வதற்கில்லை. எதுவாகவும் இருக்கலாம். எதுவும் இல்லாது, வேறு குழப்பமாக இருந்தாலும் இருந்துவிடலாம். மனித உள்ளத்தின் சிக்கல்களை யார்தான் எளிதில் விடுவிக்க முடிகிறது? சிதம்பரம் அன்றாட அலுவல்களை ஒழுங்காகத்தான் செய்துவந்தான். முக்கியமான வேலை என்று எதையும் செய்ய வேண்டிய அவசியம் அவனுக்குக் கிடையாது. வாழ்க்கை வசதிகள் பலவும் இருந்தன. ஆகவே, சோம்பியிருக்கவும், வீண் எண்ணங்களை வளர்க்கவும் நேரம் நிறையவே கிடைத்தது. அத்தகைய வேளைகளில் அவன் மனம் அடிக்கடி சிலந்தியைச் சுற்றியே நூல் ஓடவிட்டு, தான் பின்னிய வலையில் தானே சிக்கிச்

சுழன்று, எண்ணச் சிக்கலை அதிகமாக்கிக் கொண்டு குழம்பித் தவிக்கும்.

இந்த உலகத்திலேயே தனது முதல் விரோதி சிலந்திப் பூச்சிதான் என்றும், கண்டபோதெல்லாம் அந்த இனப் பூச்சியை நசுக்கிக் கொல்ல வேண்டும் என்றும் தவித்தான் அவன். இந்த இனத்தை அவன் அடியோடு ஒழித்துக் கட்டிவிட முடியாது என்றும், அவனுக்கு அந்தப் பூச்சியினால் தான் மரணம் சம்பவிக்கும் என்றும் அவன் உள்ளம் அடிக்கடி அவனுக்கு நினைவுபடுத்திக் கொண்டிருந்தது.

சில சமயங்களில் அந்தப் பூச்சி சிலந்தி இனப் பூச்சிகளில் எதுவாவது ஒன்று அவன் கண்களைக் கவர்ந்து, மனசை வசீகரித்து, வியந்து நிற்கும்படி செய்துவிடும்.

ஒரு தடவை சிதம்பரம் ரஸ்தாவில் நடந்து கொண்டிருந்தான். இருபுறமும் மரங்கள் ஓங்கி வளர்ந்த பாட்டை மரங்களிலிருந்து உதிர்ந்து விழுந்த சருகுகளும், பழுப்புகளும், காய்களும் பூக்களும் எங்கும் சிதறிக் கிடந்தன. அவை இன்னும் உதிர்ந்து கொண்டிருந்தன... திடீரென்று அவன் முன்னே, காலுக்கு அருகிலேயே, ‘டப்’ என்று எதுவோ விழுந்தது. வேப்பம் பழமாக இருக்கும் என்று அவன் எண்ணினன்.

மேலே கவிந்து நின்ற வேப்ப மரத்திலிருந்துதான் அது விழுந்தது. ஆனால் அவன் ஏமாற்றமும் வியப்பும் ஒருங்கே அடைய நேர்ந்தது. வேப்பம் பழம்போல் உருண்டையாக இருந்தது அது. வெண்மையும் பசுமையும், சிறிது மஞ்சள் நிறமும் கலந்த உடலும், பசிய குச்சிகள் போன்ற கால்களும் பெற்ற சிலந்திப் பூச்சியாக

இயங்கியது. நகர்ந்தது. அவன் காலை நோக்கி ஓடிவர முயன்றது.

அவன் பாதம் தானாகவே பின்னுக்கு நகர்ந்தது. இயற்கையின் அற்புதமான ஆற்றலை - சூழ்நிலைக்கு ஏற்ப ஜந்துக்களைப் படைத்து, அவற்றுக்கு இயல்பான பாதுகாப்பு அளிக்கும் தன்மையை - எண்ணி வியப்புற்றான் அவன். அதற்குள் அந்தப் பூச்சி அவன்மீது தாவி ஏறுவதற்காக நெருங்கி விட்டது.

செருப்புக் காலால் அதை நசுக்கிக் கொன்றிருக்கலாம். கொல்ல வேண்டும் என்ற எண்ணம் அவனுக்கு எழாமலில்லை. எனினும் அதைக் கொல்ல அவன் கால் நகரவில்லை. மனம் தூண்டவுமில்லை. அந்த விஷப் பூச்சி, மலரும் நிலையிலுள்ள குண்டு மல்லி மொக்கு போல் புதுமையாக இருந்தது; பசுமையாயும் அழகாக் வும் இருந்தது. அத வசீகரிக்கப்பட்டு நின்ற அவனுடைய உள்ளுணர்வு வேகமாக உந்தியது. அவன் விலகி நகர்ந்தான்.

அந்தப் பூச்சியையே கண் வைத்துக் காத்திருந்த ஒரு காக்கை குபீரென்று பாய்ந்தது. தன் கூரிய மூக்கால் பூச்சியைக் கொத்தியது. கொன்றது. கவ்வி எடுத்துப் பறந்தது.

சிதம்பரம் அந்தப் பூச்சிக்காக அனுதாபப் படவில்லை. அவனுக்கு ஏதாவது ஒரு சிலந்திப் பூச்சியால் சாவு ஏற்படும். 'ஜலமண்டலி' கடித்தால் மரணம் நிச்சயம் என்றுதானே சொல்கிறார்கள்? - என்று அவன் உள்மனம் அப்பொழுது ஜாதகம் கணித்தது.

தூக்கம் பிடிக்காமல் கிடந்த சிதம்பரத்தின் கண்கள் ஒளிக் குமிழையே உற்றுநோக்கிக்கொண்டிருந்தன. வைரக் கம்பிகள்போல் அதிலிருந்து பாய்ந்த ஒளிக்கோடுகள் எல்லாம் சிலந்தியின் மெல்லிய நூல்கள் போலவும், ஒவ்வொன்றிலும் ஒரு பூச்சி தொங்கிப் பாய்வது போலவும் தோன்றியது.

ஒரு தடிப் பூச்சி வாயில் வெள்ளை வட்டம் ஒன்றைக் கவ்வியபடி வந்து விழுந்தது. உற்றுக் கவனித்தால், அது அவ் வட்டப் பொருளைத் தன் கால்களால் நன்கு பற்றியிருப்பது புரிந்தது.

சிதம்பரம் ஒரு குச்சியால் விரட்டவும், சிலந்தி அதை நழுவ விட்டுவிட்டது. அவன் அதைக் குத்தினான். அது கிழிந்து, அதனுள்ளிருந்து பலபல பூச்சிகள் - சின்னஞ் சிறு சிலந்திகள் - வெளிப்பட்டுச் சிதறின. குடுகுடு வென ஓடி ஊர்ந்தன. அவனைச் சுற்றி ஓடின. அவன் உடல் மீதும் ஏறின.

'ஐயோ ஐயோ!' என்று அலறிக்கொண்டு துள்ளி எழுந்தான் அவன். கைகளால் நெடுகிலும் தேய்க்க முயன்றான். எனினும் பூச்சிகள் வேகமாக ஊர்ந்து படர்ந்தன. பெரிய பூச்சிகூட - *'இதுதான் ஜலமண் லியோ?'* - அவனைத் துரத்தி வந்தது.

செய்யும் வகை புரியாதவனாய் தலைமுடியைப் பிய்த்துக் கொண்டு கைகளை ஆட்டி அசைத்து, *'ஐயோ, ஐயோ!'* என்று கூச்சலிட்டபடி ஓடலானான் அப்பாவி சிதம்பரம்.

இரக்கம்

நாகரிக நகரின் முக்கிய வீதி ஜன சமுதாயத்தை இழுத்துச் செல்லும் பெரிய நதி மாதிரி விளங்கிக் கொண்டிருந்தது.

வேகம், அவசரம், அர்த்தமற்ற பரபரப்பு, நெருக்கடி எல்லாம் நிறைந்த காட்சி அது. ஸர்வீஸ் பஸ், பிளஷர் கார், ரிக் ஷா ஆட்டோரிக்ஷா, ஜட்கா தள்ளுவண்டி, இழுக்கும் வண்டி, மோட்டார் பைக், சைக்கிள், வேக உருப்பெற்ற நாகரிக சமுதாயம் பலரக வாகனத் தோற்றங்களாக இயங்கிக் கொண்டிருந்தது.

அவற்றுக்கிடையே அவற்றின் அருகே, அப்பாவிகளான நடந்து செல்லும் இனத்தவரும் போய் வந்து கொண்டு தானிருந்தார்கள்.

லாரிகள் யானைகள் போல ஊர்ந்து சென்ற ரஸ்தா விலே, பார வண்டிகளை இழுத்துச் செல்லும் 'மனித மிருக'ங்களும் அசைந்து அசைந்து முன்னேறிக் கொண் டிருந்தன. சுமக்க முடியாத சுமைகளைத் தலைமீது ஏற்றி, எப்படியோ தாங்கியபடி நடக்கும் உடலை நெளித்து நெளித்து ஓடும் மனிதப்பிராணிகளும் போய்க்கொண்டிருந்தனர்.

நாகரிகமும் அநாகரிகமும், கலாசாரமும் காட்டு மிராண்டித்தனமும் பகட்டும் வறட்சியும், மேனாமினிக் கித்தனமும் கண்களை அறுக்கும் கோரமும், செல்வ போகமும் தரித்திரக் கொடுமையும், இவ்வாறான முரண் பாடுகள் பலவும்-குறிப்பிட்ட ஏதோ ஒரு நியதிக்கு உட்பட்டது போலவும், குழம்பித் தவித்தும், குழப்ப

முறாமல் நெளிந்து சுழித்தும் புரண்டுகொண்டிருந்தன. எல்லாம் கூடி, ‘இதுநகரம்...... நாகரிகப் பெருநகரம்’ என்கிற உண்மையை நித்தியமாய், நிரந்தரமாய், புலப்படுத்திக் கொண்டிருத்தன.

நாகரிகம் மனிதரை இயந்திரங்களாகவும், மிருகங்களாகவும் மாற்றிவிட்டது; அலங்கார பொம்மைகளாக வளர்த்து வருகிறது. மனிதரை மனிதராக வாழ வகை செய்யவில்லை அது என்பது மட்டுமல்ல; மனித வர்க்கத்திடையே காணப்பட்ட சிறிதளவு ஈவு இரக்கம் தயை நல்லதனம் முதலிய பண்புகளை வறளடித்து வருகிறது என்பதை மறப்பதற்கில்லை.

இந்த உண்மைக்கு ‘மற்றுமோர் சான்று’ என்று கூறலாம் அன்றொரு நாள் நிகழ்ந்த நிகழ்ச்சி ஒன்றை.

முற்பகல் பத்துமணி ஆகிவிட்டது. நாகரிக நகரத்தின் வீதிகள் எல்லாம், வீதிகளில் போகும் வாகனங்கள் எல்லாம், வாகனங்களில் இடம் அகப்படாமல் வேக நடை நடந்து செல்வோர் எல்லாம் நகரின் ஜன மிகுதியை, அவசர இயக்கத்தை அலுவல் பரபரப்பை விளம்பரப்படுத்துகிற நேரம் அது. மனித இனத்தில் நிலைபெற்று வளரும் சுயநலத்தின் தன்மையைப் படம் பிடித்துக் காட்டும் நேரம் அது.

அவ் வேளையில் வீதிவழியே போய்க் கொண்டிருந் தவர்களில் ஒருவன் தலையில் சிறு மூட்டையும், மனசில் பெருங்கவலையும் சுமந்து நடந்த மனிதன் சூழ்நிலை மறந்த காரணத்தால் பெரிய விபத்து ஒன்றில் சிக்கியிருக்க வேண்டியவன், சுய முயற்சியினாலோ புண்ணிய

வசத்தாலோ தப்பிச் சிறு விபத்தில் விழ நேர்ந்தது. எங்கோ பார்வையும் எதிலோ நினைவுமாக நடந்த அவன் ஒரு காரில் அகப்படவேண்டியவன். கடைசிக் கட்டத்தில் திடுக்கிட்டுச் சமாளித்துக் கொண்டு, துள்ளித் தாவி விட்டான். ஆயினும் தப்பி ஒதுங்கினான் என்று சொல்வதற்கில்லை. கால் சறுக்கித் தள்ளாடித் தரையிலே விழுந்துவிட்டான். 'தலைக்கு வந்தது தலைப் பாகையோடு போயிற்று' என்ற மாதிரி.

டிரைவர் தனது ஆத்திரத்தைக் கடுமையான சொற்களில் பொதிந்து வீசிவிட்டு, காரை ஓட்டிச் சென்றான். காரில் இருந்தவர்கள் இஷ்டம்போல் பேச ஒரு வாய்ப்பு கிட்டியது.

கீழே விழுந்தவன் விழுந்தே கிடந்தான். அவனால் வாகனாதிகளுக்கோ, வாகனங்களால் அவனுக்கோ எவ்விதமான பாதகமும் ஏற்பட முடியாத இடத்தில் தான் அவன் கிடந்தான்.

எங்கிருந்தோ ஆட்கள் ஒன்றிரண்டு பேராக வந்து கூடிப் பலராக மொய்த்து நின்றனர். வேடிக்கை பார்க்கத்தான்...

நகரம் நாகரிக அந்தஸ்திலே உயர்ந்து நின்றாலும் கூட, வேடிக்கை பார்க்க என்று குழுமுகிற நபர்களின் பண்பாட்டில் மாறுதல் ஏற்படுவதில்லை.

'குடிபோதையோ? மயங்கி விழுந்து விட்டானே?' 'காயம் ஏற்பட்டுவிட்டதா?' 'காக்கா வலிப்பாக இருக்கும்' 'ரத்தம் வந்திருப்பதுபோல் தெரியுதே!' 'எந்த ஊரு ஆளு?' இப்படிப் பலரும் பலவாறு கவலைப்படலாயினர்.

புதிதாக வந்தவர்கள் அங்குமிங்கும் சுற்றியும், கழுத்தை நீட்டி எட்டிப் பார்க்க முயன்றும், ‘என்னது? என்னவாம்? யார் அது?’ என்று கேட்டும் விஷயம் அறியத் தவித்தனர்.

சிலர் நின்று கவனித்தனர். பலர் சும்மா பார்வை எறிந்துவிட்டுப் போனார்கள். சிலர் ‘ஏனோ தானோ என்னவோ ஏதோ’ என்றபடி அவர்கள் போக்கிலே முன்னே சென்றார்கள். வாகனங்களில் அமர்ந்து வேக யாத்திரை போனவர்களின் பார்வையைக் கவரத் தவறவுமில்லை. இச் சிறு கூட்டம்.

‘நமக்கென்ன! நம்ம வேலையே நிறையக் கிடக்குது’ என்ற எண்ணத்தில், பிற விஷயங்களில் தலையிடும் நினைப்போ ஆர்வமோ இல்லாதவர்களாய் நடந்தவர்களின் தொகை அதிகமானதே.

விழுந்தவனைச் சுற்றி நின்று வேடிக்கை பார்த்து விமரிசனம் செய்து கொண்டிருந்தவர்களில் ஒருவருக்கேனும் தோன்றாத ஒரு உணர்ச்சி, வழியே போன வேறொரு ஆசாமிக்கு ஏற்பட்டது.

அவன் தலைமீது ஒரு கூடையை சுமந்து நடந்து கொண்டிருந்தான் என்றாலும், அவன் உள்ளத்தில் ‘இரக்கமற்ற தன்மை’ பாறையாய் படிந்திருக்கவில்லை என்பது புரிந்தது.

விழுந்து கிடந்தவன் மீது அவன் பார்வை பட்டதும் அவன் நின்றான், கவனித்தான். ஏனய்யா எல்லாரும் சும்மா நிக்கிறீங்க? அந்த ஆளுக்கு என்ன ஏது என்று கவனிக்கப்படாது? எங்கே அடிபட்டிருக்குதோ? என்று தன் எண்ணத்தைச் சொன்னான் அவன்.

‘வந்துவிட்டாரய்யா பரோபகாரி! ஏம்பா, நீயே கவனியேன். இவருக்குத்தான் பெரிய கவலை’ குரல்கள் வெடித்தன. யார் குரல் எவர் பேச்சு எனப் பிரித்துப் பேச முடியாத விதத்திலே இணைந்து கலந்தது ஏகச் சிரிப்பு.

அவன் கோபிக்கவில்லை. முகம் சுளிக்கவில்லை. தலைக் கூடையை நடைமேடையின் ஒரு ஓரத்தில் இறக்கி வைத்துவிட்டு, கூட்டத்தில் வழி செய்து கொண்டு விழுந்து கிடந்தவனின் சமீபம் சென்றன். அன்புடன் அவனைக் கவனித்தான். ஆதரவாகச் சில வார்த்தைகள் பேசி, அவனை மெதுவாகத் தாங்கி எடுத்து உட்கார வைத்தான். அவன் உடம்பைத் தடவித் துடைத்தான். அவனுக்குத் தாங்கலாக எழுந்து நின்று அவனைக் கைப்பிடித்து மெதுமெதுவாக நடக்கச் செய்தான். ‘குடிக்க ஏதாவது வேண்டுமா? என்று கேட்டான். அவனை மேடைமீது உட்கார வைத்து விட்டு, கீழே கிடந்த மூட்டையை எடுத்து அவனிடம் சேர்ப்பித்தான்.

‘நாட்டுப்புறத்தான் எவனோ செய்து நின்ற செயல்களில் அக்கறை காட்ட விரும்பாத நகர மகா ஜனங்கள் கீழே விழுந்தவன் பலத்த காயம் படாமல் பிழைத்து எழுந்ததில் ஏமாற்றம் கொண்டவர்களாய் முனங்கிக்கொண்டே கலைந்தார்கள்.

விழுந்து எழுந்தவன், முகத்தில் நன்றி காட்டி, அதே இடத்தில் சிறிது நேரம் உட்கார்ந்திருந்தான்.

அவனுக்கு உதவி செய்தவன். கீழே வைத்த தனது சுமையைத் தலைக்கு இறக்கி ஏற்றிக் கொள்வதற்குப் பிறர் தயவை நாட வேண்டிய அவசியம் ஏற்பட்டது.

‘ஐயா, இதை ஒரு கை பிடியுங்களேன்! இதைக் கொஞ்சம் தூக்கி...’ என்று கெஞ்சி நின்றான் அவன்.

'அட போய்யா! நீ ஒண்ணு!’ என்றெல்லாம் சொல்லெறிந்து சென்றார்கள் சில கனவான்கள். அவன் தங்களை அப்படி வேலை ஏவியதன் மூலம் தங்களேயே அவமதித்து விட்டான் என்று நம்பியவர்கள் போல், மூஞ்சியைத் தூக்கி வைத்துக்கொண்டு’ நடந்தார்கள் பலபேர்.

ஆள் நடமாட்டம் அதிகமிருந்த அந்த வீதியின் ஓரத்திலே, மற்றுமொரு உண்மையான மனிதன் வரமாட்டானா என்று ஏங்கி நிற்பவன் போல, அவன் நின்றான், போகிறவர் வருகிறவர்களைப் பார்த்துக் கொண்டே நின்றான்.

நாகரிக நதியின் பெருங்கிளை போன்ற அந்த ரஸ்தாவில் அவசரமும் வேகமும் நெருக்கமும் போக்குவரத்தாக முட்டி மோதிக்கொண்டு அலைபுரண்டதில் குறைவு இல்லைதான். அவரவர் கவலை அவர் அவர்களுக்கு! இதுதானே இந்த யுகதர்மமாக விளங்குகிறது?

தனிமை

இஷ்டலிங்கம் பிள்ளையை ஒரு வியாதி பற்றியிருந்தது. தனிமை எனும் நோய் தான் அது.

“தனிமை இனியது. சாரம் நிறைந்தது, என்றெல்லாம் சொல்வார்கள். உண்மையே. ஆயினும், தனிமை சிலருக்குச் சில வேளைகளில் தவிர்க்க முடியாத வியாதியாய்...தாங்க இயலாத சுமையாய்...மாற்றுக் காண முடியாத மனப் புழுக்கமாய் விளங்குவதும் உண்டு.

இஷ்டலிங்கம் பிள்ளைக்கு எவ்விதமான குறைவும் கிடையாது என்றே சொல்ல வேண்டும். பெரிய உத்தியோகத்தில் இருந்தார் அவர். எல்லோரும் கௌரவிக்கும்படியான அந்தஸ்து அவருக்கு இருந்தது. அவரைக்கண்டு-அவர் பெயரைக் கேட்டும் கூட-பயப் படுவதற்கும் பக்தி பண்ணுவதற்கும் பலர் இருந்தார்கள். ‘பெரியவர். கண்டிப்பானவர், தமது வேலைகளைக் குறைவின்றிச் செய்பவர். மற்றவர்களும் அவரவர் அலுவல்களை ஒழுங்காகச் செய்ய வேண்டும் என்று எதிர்பார்க்கிறவர்’ - இவ்வாறெல்லாம் அவரைப் பற்றிய அபிப்பிராயங்கள் நிலவின.

அதிகாரம், அந்தஸ்து, பெயர், பணம் இவற்றுக்கு ஏற்றாற் போல் ஆளும் வாட்டசாட்டமாக இருந்தார் அவர். நல்ல உயரம். அதற்குத் தகுந்த பருமன். கம்பீரமான தோற்றம். அவரைப் பற்றிக் கேள்விப்பட்டிராதவர்கள் கூட ஆளைப் பார்த்ததுமே ‘யாரோ பெரிய மனிதர்’ என்று உணர்ந்து, பயம் அல்லது பக்தி அல்லது மரியாதை காட்டியே தீருவர்.

அவர் தெருவில் போனார் என்றால், எதிரே வருகிறவர்கள் கும்பிடும், சலாமும் அளித்து விலகிச் செல்வார் கள். மேலே கிடக்கிற துண்டை மரியாதையாக நீக்கிக் கையில் பிடித்துக்கொண்டு நடப்போரும் உண்டு. வீட்டுத் திண்ணைகளிலும் வாசல் முன்பும் அமர்ந்து வம்பு பேசிக் கொண்டிருக்கும் பெண்கள் பேச்சை நிறுத்தி விட்டு எழுந்து நிற்பார்கள். சில பெண்கள் ஓடி ஒளிந்து கொள்வதுமுண்டு.

இப்படி எல்லாம் செய்ய வேண்டும் என்று இஷ்டலிங்கம் பிள்ளை சொல்லவுமில்லை; எதிர்பார்க்கவும் இல்லை. இவ்வாறு மரியாதை காட்டாமல் இருந்தால் அவர் கோபித்துக் கொள்ளமாட்டார்; குறை கூறப் போவதுமில்லை. ஆனால், பக்தி பண்ணியும் பயந்து நடந்தும் சிலரைப் பெரிய மனிதராக்குவதும் பெரிய மனிதரை மகாப்பெரிய மனிதராக்கி விடுவதும் மனித சுபாவங்களுள் ஒன்று ஆகிவிட்டது.

குழந்தைகளைக் கூட அவ்விதமே பழக்கினார்கள் பெரியவர்கள். பக்தி பண்ணுவதற்குரிய பெரிய மனிதர் என்ற தன்மையில் அறிமுகப்படுத்தப்பட்டதால், குழந்தைகள் அவரைக் கண்டதும் ஒதுங்கிப் போவதே மரியாதை என்று கருதினார்கள்.

கொடிய வியாதி மனிதனைத் தனியனாக்கி விடுகிறது. பணமும் பதவியும் புகழும்கூட மனிதரைத் தனியராக்கிவிடும்.

பதவியாலும் அந்தஸ்தாலும் பெரிய மனிதராகியிருந்த இஷ்டலிங்கம் பிள்ளையையும் தனிமை, வியாதியாகப் பற்றிக்கொண்டது.

சில சமயங்களில் அதன் வேதனை எழுப்புகிற மனப் புழுக்கம் சகிக்க முடியாததாக இருக்கும். மற்றவர் களுடன் மனம் விட்டுப் பேசி, சிரித்துப் பழக விடாமல் அவரை அவருடைய அந்தஸ்து தடுத்தது. 'நம்மைவிடப் பெரியவர். அவர் முன்னால் நாம் எப்படி சகஜமாகப் பேசிப் பழகுவது?' என்ற தயக்கத்தை மற்றவர்களுக்கு அளித்தது அது.

அவருடைய கறாரான போக்கும் கண்டிப்பான சுபாவமும் பிறரை அவரிடமிருந்து விலக்கியே வைத்தன. குழந்தைகளோடு விளையாடி மகிழலாம் என்று அவர் நினைப்பார். குழந்தைகளோ அவரை 'பூச்சாண்டி' என்று எண்ணி முகம் சுளித்தன. அவரைக் கண்டதுமே சில குழந்தைகள் அழ ஆரம்பித்து விடுவதுமுண்டு.

சிறுவன் ஒருவன் தெருவாசல் படியில் நின்று, அவர் போகும் பொழுதும் வரும் பொழுதும், 'குட்மார்னிங் ஸார்!' என்று சொல்லி, சலாம் போடுவதும் வழக்கம். ஒருசமயம் அவர் அவனோடு பேசலாமே என்று நின்றார், 'ஏய் பையா, இங்கே வா' என்றார். அவ்வளவுதான். அந்தப் பையன் பயந்து போய் எடுத்தான் ஓட்டம். அவருக்கு ஏமாற்றமாகி விட்டது. அதன் பிறகு அவன் அவர் வருகைக்காகக் காத்து நிற்பதும் இல்லை; 'குட்மார்னிங்' சொல்ல ஆசைப்படவுமில்லை.

தரித்திரம் மனிதனைத் தனியனாக்குகிறது. துயரம் அவனைத் தனியனாக்குகிறது. இன்பமிகுதியும் ஒருவனைத் தனியனாக்கி விடுகிறது.

வறுமை வெயிலில் வதங்குகிறவனும், துயர நெருப்பில் வதங்குகிறவனும், இன்பநிறைவால் துடிப்பவனும் தனது உணர்ச்சிகளைப் பற்றிப் பிறரிடம் பேச வேண்டும் என்று தவிக்கிறான். அவனோடு பொழுது போக்குவதற்கு எவரும் துணை சேராதபோது அவன் திண்டாட்டமே தனி வேதனையாகி விடுகிறது.

இஷ்டலிங்கம் பிள்ளைக்கு மனைவி இல்லை. இருந் தாலாவது அவளோடு பேசலாம். சண்டை பிடிக்கலாம். எரிந்து விழலாம். தன் குறைகளைப் புலம்பலாம். உவகை மிகுதியை எடுத்துச் சொல்லலாம். மனப் பாரத்தை இறக்கி வைப்பதற்கு ஏற்ற சுமை தாங்கியாகவும் அவளை மாற்றலாமே!

ஆனால், மனைவி என்றொருத்தி இருந்தால் அவர் அப்படி எல்லாம் அவளோடு பழகுவாரோ என்னவோ! அவரோடு ஒரு பெண் மகிழ்ச்சியோடும் மன நிறைவோடும் வாழ்ந்திருக்க முடியுமோ என்னவோ! தனது கொள்கைகளில் பிடிவாதமான பற்றுதலும், குறைபாடுகளை மன்னிக்க முடியாத சுபாவமும், உயர்ந்த பண்புகள், சுத்தம் சுகாதாரம் இவற்றில் தீவிர மோகமும் கொண்டிருந்தார் அவர். சகல குண நலன்களும் படைத்த பெண் எவளும் கிடைக்க மாட்டாள்; குறைகள் உடையவளை மணந்து கொண்டால்தான் தனது இஷ்டம்போல் வாழ முடியாது; அத்துடன் தன் மகிழ்வும் பாழ்பட்டுவிடும் என அவர் நம்பினார், அதனால் அவர் கல்யாணம் செய்யாமலே காலம் கழித்தார்.

முதலில் மனோகரமாகத் தோன்றிய இந்த நிலைமை காலப் போக்கில் அவருக்கு வெறுமை உணர்வு அளிக்க லாயிற்று அலுவல்களும் படிப்பும் தனிமைச் சூழலில் உலா போய் வருவதும் போதுமான திருப்தியை மன நிறைவை அளிக்கத் தவறின. பிறரிடம் சகஜமாகக் கலந்து பழகுவதற்கு அதுநாள் வரை அவர் தமக்குத்தாமே அமைத்துக் கொண்டிருந்த பழக்க வழக்கங்கள் எல்லாம் கனத்த வேலியாக நின்று தடை செய்தன.

வரவர அவர் உள்ளம் ஏக்கத்தை வளர்த்தது. தனது வாழ்விலே சிரிப்பும் இனிமையும் தோழமையும் வறண்டு கிடந்ததை உணர்ந்த இஷ்டலிங்கம் பிள்ளை அவற்றைப் பெற வேண்டும் என்று தவித்தார். முன்பு அவரால் ஒதுக்கப் பெற்ற அவை எல்லாம் இப்போது அவர் பிடிக்குள் அகப்படாத நிழல்களாக அவரை விட்டு ஒதுங்கியே சென்றன. அவருடைய மனப் புழுக்கம் அதிகரித்தே வந்தது.

இதே எண்ணத்தோடு தான் அன்றும் இஷ்டலிங்கம் பிள்ளை தனிவழி உலாவில் ஈடுபட்டிருந்தார். சித்தம் எங்கெங்கோ சஞ்சரிக்க, கால்கள் வழக்கமான தடத்தில் மெதுவாக நடந்தன. ஆற்றங்கரையை நோக்கித்தான். அழகும் அமைதியும் கொலுவிருக்கும் அருமையான இடம் அது. தினந்தோறும் அவர் அங்குதான் செல்வார்.

அன்று வழியில் ஒருவன் 'வேர்க்கடலை வாங்குங்களேன், சாமி' என்றான்.

அவருக்கு அது தேவை என்று தோன்றவில்லை. எனினும், அவனாக வலிய வந்து கேட்டதற்காக அவர் ஓரணாவிற்குக் கடலை வாங்கிக்கொண்டார்.

ஆற்றங்கரைப் புல் வெளியில் அமர்ந்ததும் இஷ்ட லிங்கம் வேர்க்கடலைப் பொட்டலத்தை எடுத்துப் பிரித்தார். ஒவ்வொரு கடலையாக வாயில் போட்டு ரசித்துத் தின்றார்.

எங்கிருந்தோ அவரைக் கவனித்துவிட்ட காக்கை ஒன்று வேகமாக வந்து அவர் முன்னால் இறங்கியது. அவரைப் பார்த்து, 'கா' என்றது.

அதையே 'தா' எனும் கோரிக்கையாக ஏற்றுக் கொண்டு அவர் ஒரு கடலையைக் காகத்தின் பக்கமாக வீசினார். அது குதி நடை பயின்று நெருங்கி, கடலேயைக் கவ்வி நகர்ந்தது. தின்றது. 'காகா' என்று உரக்கக் கூச்சலிட்டது.

பிள்ளை மற்றொரு கடலையை விட்டெறிந்தார். அந்தக் காக்கை அதைக் கொத்தும் போதே இன்னுெரு காகமும் வந்தது. அதற்கும் ஒரு கடலை உதவினார் அவர்.

அப்புறம் இரண்டு மூன்று என்று பல காகங்கள் கூடிவிட்டன. அவரையே பார்த்தபடி இருந்தன.

அவர் ஒவ்வொரு காகத்தின் பக்கமும் கடலையை வீசினார். அருகாகவும், தூரத்தில் விழும்படியும், உயரமாகவும் விட்டெறிந்தார். காக்கைகளில் ஒவ் வொன்றும் குறி தவறாது கடலையை அலகுகளால்

பற்றிக் கொண்டன. அவற்றின் செயல் அவருக்கு வேடிக்கையாக இருந்தது.

அவர் கடலையை ஆகாசத்தில் விட்டெறிவார். அது வேகமாக இறங்கிக் கீழ்நோக்கி வரும்போதே காக்கை ஒன்று மேலே பாய்ந்து 'லபக்கென்று' கடலையைக் கொத்திக் கொள்ளும். அதன் வேகமும், சிறகடிப்பும், கடலையைக் கவ்வும் நேர்த்தியும் அவருக்கு நல்ல தமாஷாகத் தோன்றின. ஆகவே, அவர் கடலை ஒவ்வொன்றையும் உயரே விட்டெறிந்தார். ஏதாவதொரு காக்கை முன்னே பாய்ந்து கடலையைக் கவ்விக்கொண்டு பறப்பதைக் காணக் கான அவர் உள்ளம் உற்சாகம் அடைந்தது. 'கலகல'வென நகைத்தார். தனது தனிமை வேதனையை-வெறுமை உணர்வை - மறந்துவிட்டார் அவர் அவ்வேளையிலே.

பெரிய மனிதர் - அந்தஸ்து மிகுந்தவர் - இப்படிச் சிறுபிள்ளைத்தனமாக நடந்துகொள்வது மற்றவர்களுக்கு வேடிக்கையாகப் படலாம். ஆனால் அவரை வேடிக்கையுறக் கண்டு நகைப்பதற்கு அங்கு யாருமே இல்லை. தன்னை யாராவது பார்த்துவிடப் போகிறார் களே என்ற உணர்வும் அப்பொழுது அவருக்கு இல்லை. அவர் தன்னையும் சூழ்நிலையும் மறந்து விட்டார். தனது தனிமையைப் போக்கி, மனசுக்கு இனிமை தரக்கூடிய மருந்து ஒன்றை இஷ்டலிங்கம் பிள்ளை கண்டு பிடித்துவிட்டார்.

காக்கைகளும் அவரைக் கண்டு அஞ்சாமல் அவர் விளையாட்டில் பூரணமாக ஈடுபட்டன. அருகே நெருங்கி வந்தும், தூரப் பாய்ந்தும், மேலே பறந்தும் கடலை

வராதா என்று காத்திருந்தும் அவருக்குத் தோழர்களாப் விளங்கிக் களித்தன.

'கடலை பூராவும் காலியானதும் இன்னிக்கு இவ்வளவு தான்!' என்று இரண்டு கைகளையும் சேர்த்துத் தட்டினார் பிள்ளை. அப்பொழுது அவர் உள்ளத்தில் நிறைந்து நின்ற ஆனந்த உணர்வை அவர் அதற்கு முன்னர் என்றுமே அனுபவித்ததில்லைதான்!

பெரியவன்

ராமலிங்கத்துக்கு அந்த உண்மை அதிர்ச்சி தருவதாகத்தான் இருந்தது.

அதுபோன்ற அதிர்ச்சியும் தன் வாழ்க்கையில் ஏற்படக்கூடும் என்று அவன் எதிர்பார்த்தவனே அல்லன். எதிர்பார்க்கவும் முடியாதுதான்.

ஏமாற்றங்களும் வேதனைகளும் ராமலிங்கத்துக்குப் புதியன அல்ல. குடும்பம் எனும் சிலுவையில், பொறுப்புகள் என்கிற ஆணிகளால் அறையப்பட்டு, தனது வேதனைகளை மௌனமாய்த் தாங்கிக் கொள்ளும் ஆத்ம பலம் பெற்றிருந்தவன் அவன். வீட்டுக்கு மூத்த பிள்ளை, குடும்பத்தின் முதல்வன்.

அவனுடைய தந்தை பாண்டியன் பிள்ளை எல்லாத் தந்தையரையும் போலவே, தனது பிள்ளையாண்டான் வளர்ந்து பெரியவனாகி, 'செயம் செயம்' என்று போட்டு அடித்து' சுகத்தோடும் செல்வத்தோடும் வாழப் போகிறான் என்று கனவு கண்டார். ஆசைப்பட்டார். அவனது ஐந்தாவது வயசு வரைதான் அந்தச் செல்லம் எல்லாம்.

அப்பொழுது ஒரு பையன் பிறந்து, ராமலிங்கத்தின் அதிர்ஷ்டத்தை அபகரித்துக் கொண்டான். இரண்டாவது மகனால்தான் தன்னுடைய வாழ்வு வளம் பெறும் என்று நம்பிய பாண்டியன் பிள்ளை, அவனுக்கு 'பிறவிப்பெருமாள்' என்று பெயரிட்டார். அந்தக் குழந்தை நோஞ்சானாகத்தான் பிறந்து வளர்ந்தது.

அதனால் அவன் மீது அப்பாவுக்கும் அம்மைக்கும் அபரிமிதமான பாசமும் பற்றுதலும் ஏற்பட்டிருந்தன.

ராமலிங்கத்துக்கு ஆரம்பத்தில் 'எலிக் குஞ்சுப் பயல்' மீது உண்டான பொறாமை, நாளடைவில் அனுதாபமாகவும் அன்பாகவும் பரிணமித்தது. குஞ்சுத் தம்பி குட்டித் தம்பி என்று அவனை வாஞ்சையோடு கையைப் பிடித்து அழைத்துச் செல்வதும், விளையாட்டுக்களில் சேர்த்துக் கொள்வதும், யாராவது அவனைக் கேலி செய்தால் அவரோடு சண்டைக்குப் போவதுமாக வளர்ந்தான் பெரியவன். சின்னவனுக்கு அவனே துணை; தோழன்; நல்ல பாதுகாப்பு.

பிறவிப்பெருமாள் பிறவி முதலே மெலிந்தவனாகி விட்டதால் பெற்றோர் அவ்னிடம் அதிகமான செல்லம் காட்டினர். அதனால் அவன் பிடிவாதமும் கர்வமும் அடங்காப்பிடாரித் தனமும் பெற்றவனாக வளரலானான் நோஞ்ச மாட்டின் மேல்தான் ஈ அரிக்கும் என்பது போல அவனுக்கு அடிக்கடி ஏதாவது சீக்கு வந்து தொல்லை கொடுக்கும். இப்போ இவ்வளவு கஷ்டப்படுகிறதுக்கு, பின்னாலே அவன் போடு போடெ ன்று போடுவான். அதிர்ஷ்ட ஜாதகம் அவனுக்கு!' என்று பாண்டியன் பிள்ளை பெருமையோடு பேசுவார்.

அவருடைய வாழ்க்கையில் வறட்சி மிகுந்தது. அவருக்கு அர்த்தமற்ற ஆங்காரமும், காரணமற்ற கோபமும் தலை யெடுத்தன. மூத்த பையனின் கிரகக் கோளாறுதான் தமது தரித்திரத்துக்குக் காரணம் என்று நம்பி, அவர் அவனை ஏசுவார். அவன் சிறு தவறு செய்தாலும் பேயறை அறைவார். சின்னவனுக்கு ஒரு தடவைகூட அடி விழுவதில்லை. அவர் கோபமாக இருக்கிறார் என்று

தெரிந்ததும், அவன் அம்மாவிடம் ஓடி, அவள் அரவணைப்பில் தன்னை மறைத்துக் கொள்வான். அவன் செய்யாத குற்றங்களுக்காக ராமலிங்கம் தண்டனை பெற நேர்ந்த சமயங்கள் பல பலவாகும்.

இளையவன் வளர வளர, குறும்புகள் செய்து மகிழக் கற்றுக்கொண்டதும், அவன் செய்யும் கல்லுளித்தனத்தினால் உதை கிடைக்கும் என்று நிச்சயமாகப் படுகிறபோது, அண்ணன் தலையில் பழியைப் போட்டு விட்டுத் தான் தப்பித்துக் கொள்ளத் தயங்கியதுமில்லை. அடியும் ஏச்சும் வாங்கிக் கட்டுகிற வேளையில் அண்ணன் மனம் கசந்த போதிலும் தொடர்ந்து அவன் தம்பியை வெறுப்பதில்லை. வெறுக்க முடியாது அவனால். இயல்பாகவே அவன் நல்லவன்.

ராமலிங்கம் எட்டாவது படித்துக்கொண்டிருந்த போது பாண்டியன் பிள்ளை இறந்துபோனர். அவர் இறக்கும் தருணத்தில், ராமு. உன் தம்பியைக் கவனித்துக்கொள். அவனை முன்னுக்குக் கொண்டுவர வேண்டியது உன் பொறுப்பு என்று சொல்லி வைத்தார். அதைப் பெரியவன் மறந்தது கிடையாது.

'தம்பி படிக்க வேண்டும்; அவனுக்கு எந்தவிதமான குறையும் ஏற்படக் கூடாது' என்பதற்காகவே ராமலிங்கம் தன் படிப்புக்கு முற்றுப்புள்ளி வைத்தான். ஒரு கடையில் வேலைக்கு அமர்ந்தான். குடும்பப் பொறுப்புகளை நன்கு கவனிக்கலானான். அவன் தனது வயசுக்கு மீறிய பொறுமையோடும் திறமையோடும் காரியங்களை நிர்வகித்து வந்ததைக் கண்டு மெச்சாதவர்கள் இல்லை என்றாயிற்று.

பையன் ஒவ்வொரு வகுப்பிலும் புதிய புதிய புத்தகங்களே வாங்க வேண்டும் என்று அடம்பிடிப்பான். அது அதிகப்படியான செலவு எனக் கருதும் அண்ணன், மலிவான விலையில் பழைய புத்தகங்கள் வாங்கிப் படித்தால் படிப்பு வரமாட்டேன் என்றா சொல்லும்?' என்று குறிப்பிடுவான். அண்ணன் புஸ்தகம் வாங்கித் தரமாட்டேன்கிறான்' என்று இளையவன் அன்னையிடம் முறையிடுவான். அவள் பெரியவன் பேச்சில் உள்ள நியாயத்தை உணர்ந்தாலும் கூட, சின்ன மகனுக்காகத்தான் பரிந்து பேசுவாள். அவனையும் உன்னைப்போல முட்டாள் மூதியாக்கி, மூட்டை சுமக்கிற வேலைக்கு அனுப்பனுமின்னு நினைக்கிறாயா? பொஸ்தகம் வாங்கிக் கொடுக்கலேன்னு, சொன்னா, அவன் எப்படிப் படிப்பான்?' என்று குறை கூறுவாள்.

அவள் கூற்று மூத்த மகனின் இதயத்தில் குத்தும் கூர்முனை ஊசியாக இருப்பதை அவள் அறியமாட்டாள் போலும். பெரியவனும் மறுப்பு எதுவும் கூறாது, தன் இதய வேதனையை நெடிய சோக மூச்சாக மாற்றியபடி அகன்று விடுவான். கடன் வாங்கியாவது தம்பியின் ஆசையைப் பூர்த்தி செய்து வைப்பான். தனது தேவையைக் குறைத்துக்கொண்டாவது தம்பியின் விருப்பங்களை நிறைவேற்றுவது என்ற கொள்கையைப் பெரியவன் மேற்கொண்டான்.

"என்ன இருந்தாலும் பங்காளி அப்பா! நீ உனது நலனையும் கருத்தில் வைத்துக் காரியங்களைச் செய்ய வேண்டும் என்று இலவச ஆலோசனை வழங்க முன் வந்தார்கள் சில சகுனி மாமாக்கள். 'எது நல்லது என்று எனக்குத் தெரியும். எனக்கு உங்கள் போதனைகள்

தேவையில்லை' என்று அவன் பணிவுடன் அறிவித்து விடுவான்.

ராமலிங்கத்திற்குப் பத்தொன்பது வயதானதும், பெரியவர்கள் அவனது நன்மையை மனசில் கொண்டு, நல்வாழ்வுக்கு வழிகாட்ட நிச்சயித்தார்கள். தனித் தனியாகவும் பலராகவும் அவனிடம் பேச்சுக் கொடுத்தார்கள். உனக்கும் வயசாகிக் கொண்டே போகுது. ஒரு கலியானத்தைச் செய்துகொள். அதுக்கு நாங்கள் ஏற்பாடு பண்ணட்டுமா?' என்று கேட்டார்கள்.

அவர்களிடமெல்லாம் அவன் கண்டிப்பாகச் சொல்லி விட்டான்: 'இன்னும் மூன்று வருஷங்களுக்கு அந்தப் பேச்சே வேண்டாம். பிறவிப்பெருமாள் பத்தாவது தேறி, ஒரு வேலை ஒப்புக்கொண்டு, சம்பளம் வாங்க ஆரம்பித்த பிறகுதான் என் கல்யாணம் பற்றி நான் யோசிக்க முடியும்!'

இவனிடம் யார் பேசுவார்கள் என்று சமூகத்தின் பெரிய மனிதர்கள் ஒதுங்கி விட்டார்கள்.

'டவுனுமில்லாத பட்டிக்காடும் இல்லாத, இரண்டுங் கெட்டான் ஊரான' அவ்வூரில் ஒரு ஹைஸ்கூல் இல்லை. சில மைல்களுக்கு அப்பால் உள்ள நகரத்தில் போய் கல்வி கற்க வேண்டும். 'அதிகாலையில் எழுந்து குளித்துச் சாப்பிட்டுவிட்டு 'அன்னக்காவடி' சுமந்து, ரயிலுக்கு நேரமாகிவிடுமே என்று ஓடி, பிறகு மாலையில் இருட்டுகிற வேளைக்கு வீடு திரும்பி, சாப்பிட்டு முடித்ததும், அலுத்துப்போய் தூங்கத்தான் முடிகிறது. படிக்க நேரம் இருப்பதில்லை. இதைவிட

நகரத்தில் பள்ளிக்கூட ஹாஸ்டலிலேயே சேர்ந்து, அங்கேயே தங்கினால் நன்றாகப் படிக்க முடியும்.'

இப்படிப் பிறவிப்பெருமாள் சொன்னான். அதன் உண்மையை அண்ணனும் உணர்ந்தான்.

'கொஞ்சம் அதிகமான செலவு ஏற்படும். அதுவா பெரிசு? தம்பியின் வசதியும் வளர்ச்சியும்தான் முக்கியம் என்று பேசியது அவன் உள்ளம். இளையவனின் விருப்பம் உடனடியாக நிறைவேற்றப்பட்டது.

ராமலிங்கம் பெரியவர்களிடம் வாயடி அடித்து, அவர்கள் வாயடைத்துப் போகும்படி செய்தானே தவிர, ஓடும் காலத்தையும் ஒடுங்காத உணர்ச்சிகளையும் கட்டுப்படுத்த இயலவில்லை. அவன் கண்கள் பசும் வெளியில் மேயும் ஆடுகள்போல் திரிந்து கொண்டிருந்தன. அவன் உள்ளம் ஆசைக் கனவுகளை வளர்த்து வந்தது.

அவன் கண்கள் முக்கியமாக ஒரு நபரைக் காண்பதற்காக ஏங்கிப் புரளும். இனிய அந்த உருவத்தைக் காணும்போது, மகிழ்ச்சியால் மினுமினுக்கும்.

முதலில் அவன் அவளைப் பாவாடை தாவணிப் பருவத்துக் குமரியாகவே கண்டான். அவன் காலையில் கடைக்குச் செல்லும் போதெல்லாம் அந்தப் பெண்ணும் தென்படுவாள். வாய்க்காலில் தண்ணிர் எடுத்துச் செல்ல எதிரே வருவாள்; அல்லது, நிறை குடத்தோடு முன்னால் போவாள். எந்நிலையில் பார்த்தாலும் கண்ணுக்கு விருந்து அவள்.

தினசரி பார்க்கும் பழக்கம் என்கிற சாதாரண நிலை வளர்ந்து, ஒவ்வொரு நாளும் ஆவலோடு எதிர் பார்ப்பது என்றாகி, பரஸ்பரம் பார்வை பரிமாறிக் கொள்ளா விட்டால், பிரமாத நஷ்டம் ஏற்பட்டு விட்டது போல் மனம் வேதனைப்படும் அளவுக்கு அது முற்றியது. அவளுக்கும் அப்படித்தான் இருந்திருக்கவேண்டும். அதனால்தான் அவள் மத்தியான வேளையில், அவன் உணவு உண்ண வருகிற நேரத்தை அறிந்து வாசல்படி மீது ஒரு பொம்மை போலவோ, ஜன்னலுக்குப் பின் ஒரு சந்திரபிம்பம் போலவோ காட்சிதரக் கற்றுக் கொண்டாள். மாலை வேளைகளில் அவள் அழகாகத் தலையைப் பின்னிக்கொண்டு பூ முடித்து முக ஒப்பனை செய்து, படிகள்மீது குதித்தும், தெருவில் நின்றும், தண்ணீர் எடுத்தும் பொழுது போக்குகிறபோது அவன் ஒரு நாளேனும் தன்னைக் கண்டு களிப்பதற்கு வாய்ப்பு இல்லாது போயிற்றே என அவள் உள்ளம் வருந்துவது உண்டு. அவள் எண்ணம் வலுபெற்று, எண்ணியவாறே நடக்கும் விதத்தில் அவளை ஈர்த்திடும் சக்தி அடைந்தது போலும்!

ஒருநாள் ராமலிங்கம் மாலை நேரத்தில் அந்த வழியாக வந்தான். அன்று அவனுக்கு ஓய்வுநாள். அவள் அன்று சொக்கழகுப் பதுமையாக நின்று கொண்டிருந்தாள். எதிர்பாராதவாறு இருவருக்கும் காட்சி இனிமை கிட்டியதில் அளவிலா உவகைதான். அவள் பெயர் பத்மா என்று அறிந்து கொள்ள முடிந்ததில் அவனுக்கு அளப்பரிய ஆனந்தம்.

'ஏ பத்மா...ஏட்டி இங்கே வா... கூப்பிடக் கூப்பிட ஏன்னு கேளாமே அப்படி அங்கே என்னதான் செஞ்சுக்கிட்டு இருக்கியோ? என்று அவள் தாய் வீட்டுக்குள்ளிருந்து

பெருங் குரல் எடுத்துக் குறை பாடியது, தெருவில் வந்தவனின் காதிலும் விழுந்தது. அவன் கடந்து செல்கிற வரை, அவள் அங்கேயே நின்றாள். அவனை ஒரு பார்வை பார்த்து சொகுசுப் புன்னகையை அன்பளிப்பாகத் தந்துவிட்டு, உள்ளே குதித்து ஓடினாள் பத்மா.

அந்தப் பார்வையும் புன்சிரிப்பும், அவளது துள்ளலும் பின்னித் தொங்கவிடப்பட்ட கூந்தலின் துவளலும் அவனை ஏதோ இன்பலோகத்துக்கு எடுத்துச் சென்றன. ஒரு கணத்துக்குத்தான். .

மனம் உணர்ச்சிகளை ஊஞ்சலில் ஏற்றி உயர உயர ஆட்டினாலும், கனவுத் தொட்டிலிட்டு ஆசைகளை வளர்த்தாலும், சங்கோஜம் என்பது வலுப்பெற்று ஆட்சி நடத்தினால், துணிச்சல் இன்மை என்பது உள்ளூறை பண்பாக அமைந்து உரம் பெற்றிருந்தால் காலம் முன்னேறக் காண்பது அல்லாமல், வேறு எதில் முன்னேற்றம் காண முடியும்?

ராமலிங்கம் சங்கோஜ குணம் மிகுதியாகப் பெற்றிருந்தான், பத்மாவைக் காணும் போதெல்லாம் பார்ப்பதும் வெறும் புன்னகை பூப்பதுமாக அதிலேயே திருப்தி கொள்பவனாக இருந்தான். 'பத்மா!' என்று அன்பு குழைய அழைத்து, இன்சொல் கலந்து உரையாட அவனுக்கு ஆசை இல்லாமலா இருந்தது? அருகே நின்று அவள் உதிர்க்கும் கிண்கிணிச் சிரிப்பையும், தேன் மொழிகளையும் செவிமடுக்க வேண்டும் என்று அவன் மனம் விரும்பவில்லையா என்ன?

ஆனாலும், காலம் ஓடிக்கொண்டிருந்ததே தவிர, ‘பத்மா’ என்று ஒருதரம்கூட அவளை அழைத்து நிறுத்த அவன் துணிந்ததில்லை.

பத்மா பாவாடைப் பருவத்தை மீறி, வர்ண வர்ணச் சீலைகள் கட்டி உலவும் ஓவியமாக மாறினாள். அவள் நடையில் ஓர் அமைதி, அசைவுகளில் தனி எழில்; பார்வையில் பேசாத பேச்சின் பொருள்கள் எவ்வளவோ கூடின.

அவன் பார்த்து ரசித்துக் கொண்டுதான் இருந்தான். அவள் தன்னவளாக வேண்டும் என்று அவன் ஆசைப்பட்டான். எனினும், எல்லா ஆசைகளும், எல்லா ஏக்கங்களும் தனது மனக் குகையினுள்ளே மறைந்து கிடக்கும்படி கவனிப்பதிலேயே அவன் ஆர்வம் செலுத்தினான். அதற்கு அவனுடைய சங்கோசம்தான் முக்கிய காரணம். இருப்பினும், ‘தம்பியை முன்னுக்குக் கொண்டு வரவேண்டிய பொறுப்பு நமக்கு இருக்கிறது. பிறவி படித்து முடித்து ஓர் உத்தியோகம் தேடிக் கொள்ளட்டும். அதன் பிறகு நம்ம கலியாணத்தையும் அவன் கலியாணத்தையும் சேர்த்து நடத்தி விடலாம் என்று தனக்குத்தானே அவன் கூறிக் கொள்வான், பத்மாவுக்கு அநேக இடங்களில் முயன்று பார்த்தும் நல்ல மாப்பிள்ளையாக யாரும் கிடைக்கவில்லை என்ற செய்தி அவ்வப்போது அவன் காதுகளில் விழுந்தது. அவன் அம்மாவே அதைச் சொல்லுவாள். அப்போதுகூட தன் உள்ளக் கிடக்கையை வெளியிடலாம் என்ற துணிவு ராமலிங்கத்துக்கு வந்ததில்லை. ‘பத்மா எனக்காகத்தான் இருக்கிறாள், உரிய காலம் வந்ததும் நான் இதைச் சொல்லுவேன்’ என்று அவன் பெருமையாக எண்ணுவதுண்டு.

பிறவிப் பெருமாள் பரீட்சை எழுதி முடித்துவிட்டு வீடு வந்து சேர்ந்தான். 'தம்பிக்கு அதிர்ஷ்ட ஜாதகம். அப்பாவே அடிக்கடி சொல்லுவார்களே. அவன் பாஸ் பண்ணக் கேட்கணுமா?' என்று அண்ணன் சொல்லி மகிழ்ந்தான். இளையவன் பரீட்சையில் தேறியது மட்டுமல்ல; உறவினர் ஒருவரின் சிபாரிசு மூலம் அவனுக்கு நல்ல வேலையும் கிடைத்தது. பெரியவன் சந்தோஷம் அடையாமல் இருப்பானா?

பிறவிப்பெருமாள் அண்ணனை விட முற்றிலும் மாறுபட்டவன். நாகரிக மோகமும், மிடுக்கான தோற்றமும், உல்லாசப் போக்கும் கொண்டவன். 'என்னவே மைனர்!' என்றுதான் அவனை அறிந்தவர்கள் குறிப்பிடுவார்கள். சைக்கிளில் வீதிகளை வளைய வளைய வருவதில் அவனுக்கு உற்சாகம் அதிகம். நல்ல வேளே! அவனுக்கு சீக்கிரமே வேலை கிடைத்துவிட்டது. சும்மா இருந்தால் பையன் கெட்டு அல்லவா போவான்' என்று கிசுகிசுத்தது அண்ணனின் மனக்குறளி.

'சீக்கிரமே அவனுக்கு ஒரு கலியாணத்தைப் பண்ணிவிட வேணும் என்று பெரியவன் தீர்மானம் செய்து கொண்டான். தனக்குத் தானே தேர்ந்து முடிவு செய்துள்ள பத்மாவைப் பற்றி அம்மாவிடம் சொல்லி, முயல்வதற்குரிய வேளை வந்து விட்டது என்றும் அவன் கருதினான்.

தாய் ஆவுடையம்மாளே மகனிடம் அந்தப் பேச்சைத் துவக்கிவிட்டாள். 'உனக்கும் வயசாயிட்டுது. தம்பிக்கும் ஒரு கலியாணத்தைப் பண்ணி வைத்தால் நல்லது. அவன் உன்னை மாதிரி அமரிக்கையாய் இருக்க மாட்டான்.

ஊரிலே நாலு பேரு நாலு சொல்றதுக்கு முன்னாலே நாமே அவனுக்கு ஒரு கால் கட்டைப் போட்டு வைப்பது நல்லதில்லையா? என்று அவள் சொன்னாள். பிறவி ஒரு பெண்ணைக் காதலிக் கிறானாம்; அவளையே கல்யாணம் செய்து கொள்ள ஆசைப்படுகிறான்' என்றும் அவள் இங்கிதமாக அறிவித்தாள்.

தம்பியின் தீவிரம் அண்ணனுக்கு வியப்பைத் தந்தது. அம்மா சிரித்தாள்.'எல்லாரும் உன்னைப் போலவே இருப்பார்களா? நீ குனிந்த தலை நிமிராத தருமரு. இந்தக் காலத்துப் புள்ளெக கணக்காகவா நீ இருக்கிறே?' என்றாள்.

தனது ஆசையைத் தாயிடம் தெரிவிப்பதற்கு இப்பொழுது கூடத் தயங்கினான் ராமலிங்கம். இளையவன் மனசைக் கவர்ந்த பெண் யாரோ, எந்த ஊரோ என்று அறிந்து கொள்ள முந்தினான்.

'இதே தெருவில்தான் இருக்கிறாள். நீ கூட எப்பவாவது அவளைப் பார்த்திருப்பாய். பத்மா, பத்மா என்று ஒரு பெண்ணைப்பற்றி நான்கூட உன்னிடம் இரண்டு மூன்று தடவை சொல்லவில்லையா?...'

எத்தகைய கூரிய கருவியைத் தன் மூத்த மகனின் இதயத்தில் பாய்ச்சுகிறோம் எனும் உணர்வு ஒரு சிறிதும் இல்லாமலே அவள் பேசினாள். எதிர்பாராத தாக்குதலால் ராமலிங்கம் திக்குமுக்காடினான். ஒரு நம்பிக்கை ஊசலிட, அதைப் பற்றிக்கொண்டு நிற்க முயன்றான் அவன்.'அந்தப் பெண் வந்து...' என்று வார்த்தைகளை மென்று விழுங்கலானான்.

‘அதுக்கும் இஷ்டம் இருக்குமின்னுதான் தோணுது. பிறவி அடிக்கடி தெருவில் போகிறபோது அது அவனைப் பார்த்திருக்கும் போலிருக்கு. அவள் அப்பாவுக்கும் சம்மதம்தான். நம்ம பிறவிக்கு என்ன குறை? படிச்சிருக்கான். நல்ல சம்பளத்திலே வேலை பார்க்கிறான் அழகாக இருக்கிறான். எந்தப் பெண் தான் அவனைக் கல்யாணம் செய்து கொள்ளச் சம்மதிக்காது? பத்மாவுக்கு, பிறவியை விட உயர்ந்த மாப்பிள்ளை வேறே யாரு, எங்கிருந்து வந்து குதித்து விடப் போகிறானாம்? ஆவுடையம்மாள் அவள் இயல்புப்படி அடுக்கிக் கொண்டிருந்தாள்.

ராமலிங்கத்துக்கு இதுதான் பேரிடியாக அதிர்ச்சி தந்தது. பத்மா அந்தப் பெண்; அவளும் இப்படிச் செய்வாளா?...பத்மா ஒரு துரோகி என்று கத்த வேண்டும் போலிருந்தது...அவனுடைய உள்ளமே அவனைக் கண்டித்தது. அவளைக் குறை கூறுவதில் என்ன நியாயம் இருக்கிறது? நீ அவளை மணம் புரிய ஆசைப்படுகிறாய் என்பது அவளுக்கு எப்படித் தெரியும்?

‘என்னுடைய ஆசையை நான் எனது ஆசைக்கு உரியவளிடம்கூட வெளிப்படையாகத் தெரிவிக்கத் துணியவில்லையே! என்று வருந்தினான் அந்த சங்கோஜி.

அதிர்ஷ்டம் துணிச்சல்காரர்களுக்கே துணைபுரியுமாம். காதல்கூட துணிவுள்ளவர்களுக்குத்தான் இனிய வெற்றி தரும். எவருக்கும் காத்து நிற்காத காலத்தையும், அலையையும் போலவே காதலும் காத்துக் கிடப்ப தில்லை. அதன் வேகத்தோடு இணைந்து முன்னேறத் தயங்குகிறவர்கள் அதன் அருளைப் பெறாமல், அதையே இழந்து விடுகிறார்கள்...

ராமலிங்கத்தின் மனம் ஞானஒளி பெற்றுக் கொண்டிருந்தது. அவன் காதுகளில் தாயின் பேச்சு விழாமலில்லை.

'உனக்கும் ஒரு இடத்திலே பெண் பார்த்திருக்கிறேன். பத்மா போல் அழகாக இல்லாவிட்டாலும், நல்ல குணம்! வீட்டு வேலை எல்லாம் நன்முகச் செய்யும்...'

'பார்க்கலாம்' என்று கூறிவிட்டு வெளியேறினான் ராமலிங்கம்.

'இனிமேல் பார்ப்பதற்கு என்ன இருக்கிறது?' என்று கனத்தது அவன் மனக் குறளி, உரிய காலத்தில் எண்ணங்களை வெளியிடாததனாலே பல அரிய காரியங்கள் நிகழ முடியாமலே போகின்றன; சீரிய ஆசைகள் கர்ப்பத்திலேயே அழிந்து மடிகின்றன என்று அவன் உள்ளம் முனங்கியது. அவன் யாரையும் குறை கூறத் தயாராக இல்லை.

மேலும், பிறவிப்பெருமாள் யார்? அவனுடைய தம்பிதானே? அவனுக்கு எவ்விதமான குறையும் ஏற்படாமல் கவனிக்க வேண்டிய கடமை தனக்கு இருக்கிறதே...

ராமலிங்கம் அங்குமிங்கும் அலைந்து சில முக்கிய காரியங்களைக் கவனித்து முடித்தான். முதலாளி அவர்களின் அதிமுக்கியமான பிஸினஸ் ஒன்றைக் கவனித்து முடிப்பதற்காக அவர்கள் என்னைக் கொழும்புக்கு அனுப்புகிறார்கள். முதலாளியின் கொழும்புக் கடையை நிர்வகிக்க நம்பிக்கையான ஆள்

தேவைப்படுவதால் என்னை அங்கேயே இருக்கும்படி வற்புறுத் துகிறார்கள். ஆகவே என்னை எதிர் பார்க்காமல் தம்பியின் கலியாணத்தை நடத்தவும். என் கலியாணச் செலவுக்கு உதவும் என்று நான் சேமித்த சிறு தொகையை தம்பிக்கு அளிக்கிறேன். பணம் இத்துடன் இருக்கிறது என்று சீட்டு எழுதிப் பெட்டியில் வைத்துவிட்டு, யாரிடமும் சொல்லிக் கொள்ளாமல் அவன் வெளியேறினான்.

குடும்பம் என்கிற சிலுவையில் கட்டுண்டு, கடமை, பொறுப்பு ஆகிய ஆணிகளால் அறையப்பட்டு, வேதனையை மௌனமாகத் தாங்கிக் கொள்ளும் போதே, தலைமீது குவிகிற தரும சோதனை எனும் முள் கிரீடத்தையும் ஏற்று பொறுமையோடு சகித்துக் கொள்ளும் திராணி பெற்றுள்ள எத்தனையோ சாதாரண மனிதர்களில் ஒருவன்தான் அந்தப் பெரியவன்.

ஆண் சிங்கம்

சிங்காரம் பிள்ளை அண்ணாச்சி

'வெறும் வீணப்பயல்' என்று கைலாசபுரம் வாசிகள் ஒவ்வொருவரது மனக்குறளியும் முணமுணக்கும். ஆனால், வெளிப்படையாக, அவுகளைப்போலே உண்டுமா இந்தப் பூலோகத்திலே? அண்ணாச்சி பெரிய சிங்கமில்லே!' என்று வாய் சொல் உதிர்க்கும்.

இதில் ஆச்சரியப் படுவதற்கு ஒன்றுமில்லை, உள்ளொன்று நினைத்துப் புறமொன்று பேசுவதுதானே பண்பாட்டு உயர்வு என்று மக்களால் மதிக்கப்படுகிறது!

மேலும், சிங்காரம் பிள்ளை என்றால் கைலாசபுரத் தினருக்கு உள்ளத்துக்குள் எப்பவுமே உதைப்புத் தான். அவர் குடித்துவிட்டு நடுத்தெருவில் நாடகம் ஆட ஆரம்பித்து விட்டார் என்றாலோ, ஊராரின் உடலில் உதறல் கண்டுவிடும்.

'கல்லுளி மங்கன் போன வழி; காடு மேடெல்லாம் தவிடு பொடி' என்பார்கள். சண்டியரு சிங்காரம் வெறியிலே கிளம்பிவிட்டாரு. என்ன் என்ன நாசம் ஆகப்போகுதோ, யாரு கண்டார்கள்?' என்று முனகியபடி, நல்லவர்கள் பெரியவர்கள் கதவை அடைத்து விட்டு, வீட்டுக்குள் ஒடுங்கிக் கொள்வார்கள்

சிங்காரம் பிள்ளையின் தோற்றத்திலே கூட அச்சம் எழுப்பும் ஒரு தன்மை கலந்து கிடக்கும். அரிவாள் மாதிரி

காட்சி தரும் மிடுக்கான மீசை அந்த அச்சத்தை எழுப்புகிறதா? தீக்கங்குகள் போல் ஜிவு ஜிவு என்று விளங்கும் சிவப்புக் கண்கள் பயம் தருகின்றனவா? ஆளின் உயரமும் பருமனும் அத் தன்மை பெற்றனவா? யாரும் பிரித்துச் சொல்ல முடியாது. அவரது மொத்த உருவமும், நடையும், உடையும் பார்க்கும் தினுசும், மீசையின் முறுக்கும், அட்டகாசச் சிரிப்பும் எல்லாமுமே பயத்தை விதைக்கும் அம்சங்களாக அமைந்திருந்தன என்று தான் சொல்ல வேண்டும்.

சிங்காரம் பிள்ளையின் சுய சரித்திரம் சுவையான புள்ளி விவரங்கள் கொண்டதாகத்தான் இருக்கும். ஆனால் அவர் அவற்றை எல்லாம் தொகுத்து எழுதி வைக்கும் சிரமத்தை எடுத்துக் கொள்ளவில்லை. அவருக்கே குஷி ஏற்படுகிற போது ரசமாகச் சில விஷயங்களைச் சொல்லுவார். அவரை அறிந்தவர்கள் அவ்வப்போது பிள்ளை அவர்களின் வீரப் பிரதாபங்கள் பற்றி விரிவாகப் பேசுவார்கள். எப்படியோ சிங்காரம் பிள்ளையின் கீர்த்திக் கொடி படபடக்க வாய்ப்புக்கள் கிட்டி வந்தன.

சிங்காரம் பிள்ளை சில சமயங்களில் தங்கமான மனிதர் போலப் பேசிப் பழகுவார். சின்னப் பையன்களிடம் கூட அன்பாகப் பேசுவார். வழியோடு போகிற பையனைக் கூப்பிட்டு, 'என்ன தம்பி, எங்கே போகிற? கடைக்கா? என்ன வாங்க! பொடியா? யாருக்கு? பெரியப்பாவுக்கா? உன் பெரியப்பா அடிக்கடி உன்னைக் கடைக்கு அனுப்புகிறாரே, உனக்குக் காசு கீசு தருவாரா?' என்று பரிவாக விசாரிப்பார். இல்லை என்பதற்கு அடையாளமாகப் பையன் தலையை ஆட்டினால், பிள்ளை 'ச்ச்இச்' என்று நாக்கைக் கொட்டுவார்

‘சின்னப் பையனாக இருக்கிறதே கஷ்டமான காரியம் தான். பெரியவங்க அடிக்கடி வேலை ஏவிக் கிட்டே இருப்பாங்க. சின்னப்பயல் என்றாலே தங்களுக்கு வேலை செய்வதற்காக இருப்பவன் என்பது தான் பெரியவங்க நினைப்பு. சின்னப் பயலாக இருந்து தான் பெரியவனாக வளர வேண்டியிருக்கு. இதுதான் இந்த வாழ்க்கையிலே உள்ள குறைபாடு. ஏன் எல்லோரும் தீடீர்ப் பெரியவனுகளாகவே இந்த உலகத்திலே வந்து குதிக்கப்படாது? இப்படி நான் நினைப்பது வழக்கம். நானும் சின்னப்பயலாக இருந்து பெரியவனாக வளர்ந்தவன் தானே? என்று சிங்காரம் பிள்ளை பேசுவார்.

‘என்னையும் அந்தக் காலத்திலே பெரியவங்க பாடாய்ப் படுத்தினாங்க. ஏய் சிங்காரம், முக்கால் துட்டுக்கு அது வாங்கிக்கிட்டு வா ஏ, சிங்காரம் ஓரணாவுக்கு இது வாங்கி வா’... இப்படி ஆறப்பத்துக்கெல்லாம் இந்தச் சிங்காரம் தான் ஓடனும். நானும் கொஞ்ச நாள் உதவி செஞ்சு பார்த்தேன். அப்புறம் பெரியவங்க பெரியவங்க என்று எல்லோரும் என் தலையிலே மிளகா அரைக்கப் பாக்கிறாங்கடான்னு நானாகவே உணர்ந்துட்டேன். உடனே என்ன செஞ்சேன்? முடியாது மாட்டேன்னு முரண்டு பிடிச்சேனா? கிடையாது. சாமான்கள் வாங்கி வரச் சொல்லி காசு கொடுத்தால் மிச்சக் காசைத் திரும்பிக் கொடுக்கிறது கிடையாது; சில சமயம் சாமான் எதுவும் வாங்கிக் கொடுக்காமலே, காசு எங்கோ விழுந்து தொலைந்து போச்சு என்று சாதிப்பது. இப்படி சண்டித்தனங்கள் செய்தேன்...

‘கணபதியா பிள்ளை, கணபதியா பிள்ளைன்னு ஒருத்தர், சுத்த சைவம். அவருக்கு அடிக்கடி மூக்குப் பொடி வாங்கிக் கொடுக்க வேண்டிய வேலை இனாம்

சர்வீஸ்தான்... என் தலையிலே விழுந்தது. கொஞ்ச நாள் ஒழுங்காக வாங்கிக் கொடுத்து வந்தேன். எனக்கே அலுத்துப் போச்சு. ஒருநாள் ஒரு வேலை செய்தேன்... பொடி மட்டையை கணபதியா பிள்ளை ஆசையோடு வாங்கினார். தம்பி சிங்காரம் கெட்டிக்காரன்; நிறையப் பொடி வாங்கி வந்திருக் கான். மட்டை பருமனாக இருப்பதைப் பார்த்தாலே தெரியுதே என்று பாராட்டினார். உற்சாகமாக மட் டைக்குள் விரல்களைத் திணித்தவர் திடுக்கிட்ட மாதிரித் தோணிச்சு. வேகமாக விரல்களை வெளியே இழுத்தார். சதசதன்னு ரத்தமும் சதையுமாக... அதை அப்படியே உதறி எறிந்தார்...அட படுபாவிப் பயலே, குருவிக் குஞ்சையா கொன்னு போட்டே? அதையா பொடியோடு சேர்த்து வச்சுக் கொண்டு வந்தேன்னு அலறினார். அப்போ அவர் மூஞ்சி போன போக்கு வேடிக்கையான காட்சியாக இருந்தது.

அப்புறம் அவர் ஏன் என்னிடம் பொடி வாங்கும் வேலையைத் தரப்போகிறார்?

இதை உவகையோடு சொல்லிவிட்டு, குலுங்கக் குலுங்கச் சிரிப்பார் சிங்காரம் பிள்ளை. இதுபோல் எத்தனையோ ரசமான அனுபவங்களைச் சிருஷ்டித்து, வாழ்ந்து, மகிழ்ந்தவர் அவர்.

பல கலகங்களை முன்னின்று நடத்தியவர் பிள்ளை. அநேக கலகங்களை அடக்கிய பெருமையும் அவருக்கு உண்டு. அந்த ஊர் ரௌடிகளில் 'முடி சூடா மன்னர்' அவர். அவரது ஆற்றலையும், செல்வாக்கையும், அடாவடித்தனத்தையும், முரட்டுத் துணிச்சலையும் அறிந்து, அவரைத் தங்கள் தலைவராக ஏற்றுக்

கொண்டார்கள் ரௌடிகள் அனைவரும். அவ்வப்போது அவருக்கு பயந்து, மரியாதை செலுத்தவும் அவர்கள் தவறுவதில்லை. அண்ணாச்சி', 'நம்ம அண்ணாச்சியா பிள்ளை' என்றுதான் அவர்கள் அவரைக் குறிப்பிடுவது வழக்கம்.

அன்று சிங்காரம் பிள்ளை அண்ணாச்சி ஜாலியாகக் கிளம்பினார், வீர தீரச் செயல்கள் புரிய வேண்டும் என்ற துறு துறுப்போடு புறப்படுகிற காவிய காலத்து ஹீரோ போல!

வழியில் ஒரு பஸ் குறுக்கிட்டது. பிள்ளை மிடுக்காகக் கையைத் தூக்கிக் கீழே போட்டார். காரோட்டி பஸ்ஸின் வேகத்தைக் குறைத்தபோதே கார் நிற்பதற்கு முந்தியே சிங்காரம் பிள்ளை ஒரு ஜம்ப் கொடுத்து, பஸ்ஸினுள் பாய்ந்து, ஜம்மென்று உட்கார்ந்தார் ஒரு ஸீட்டிலே அவருக்கு நாற்பது வயசுக்கு அதிகமாகவே இருக்கும். ஆயினும் அவர் உடலோ, தோற்றமோ, செயல்களோ வயசின் மிகுதியைக் காட்டுவதில்லை. துள்ளலும், துடிப்பும் மிகுந்த காளையாகத்தான் திகழ்ந்தார் அவர்.

பஸ் வேகம் பெற்றது. 'ஸார் டிக்கட்!' என்று மரியாதையோடு கண்டக்டர், பிள்ளையை அணுகினார். சிங்காரம் பிள்ளையின் அலட்சியமான பார்வை அந்த ஆளை எடை போடுவது போல் மேலும் கீழும் ஓடியது. 'எங்கே போகணும் டிக்கட்...'

'தம்பி இந்த லைனுக்குப் புதுசு போலிருக்கு!' பிள்ளையின் குரலில் எக்காளம் கரகரத்தது.

'அதைப்பத்தி உங்களுக்கு என்ன? டிக்கட்டுக்குக் 'காசை எடுங்களேன்.' அலுப்பும் பொறுமையின்மையும் கண்டக்டரைச் சிடுசிடுக்கச் செய்தன.

'சிங்காரம் பிள்ளைகிட்டே டிக்கட் கேக்கிறதுன்னு சொன்னா, அந்த ஆளுக்கு இந்த ஊரு வளமுறை தெரியாதுன்னுதானே அர்த்தம்? ஹாங்?. கடைசி ஒலிக்குறிப்பு அதட்டல் போலவும் உறுமல் போலவும் தொனித்தது.

டிரைவர் திரும்பிப் பார்த்து, அண்ணாச்சிக்கு ஒரு சிரிப்பைக் காணிக்கை செலுத்தி விட்டு, 'சீனு! அவுக நம்ம ஆளப்பா. அவுகளுக்கு எந்த பஸ்ஸிலும் டிக்கட் இல்லாமல் போகும் உரிமை உண்டு' என்று அறிவித்தார்.

'பஸ் என்ன! பஸ் முதலாளியின் பிளஷரையே நிப்பாட்டி, ஐயாவாள் இன்ன இடத்துக்குப் போகணும்; நேரே அங்கே ஓட்டுன்னு சொன்னால், அப்படியே ஓடுமா, சும்மாவா? சிங்காரம் பிள்ளைன்னு சொன்னாலே... எஹஹஹ்!'

அது பிள்ளையின் 'காப்பி ரைட்' சிரிப்பு. அச்சிரிப்பில் எவ்வளவோ அர்த்தங்கள் பொதிந்து கிடக்கும். பிறர் காப்பி அடிக்க நினைத்து, ஆசைப்பட்டு, முயன்றாலும், காப்பி அடிக்க முடியாத ஒற்றைத் தனி ரகச் சிரிப்பு அது.

ஒழுங்கு முறைப்படி பஸ் நிற்க வேண்டாத நிற்கக் கூடாத ஒரு இடத்தில், 'ட்ரைவர் ஹோல் டான்! இவர் இங்கே டௌன் ஆகிறாரு!' என்று கத்தினார் பிள்ளை.

சிங்காரம் பிள்ளைக்கு திடீர் திடீரென்று ஒரு ஆசை தலை தூக்கும், தனக்கும் 'இங்லீசு' தெரியும் என்று காட்டிக் கொள்ள வேண்டும் எனும் ஆசைதான்.

ஆகவே ஆங்கிலப் பதங்களைத் தாராளமாகத் தமது பேச்சிலே கலந்து அள்ளித் தூவுவார் அவர்.

பஸ் நிற்பதற்குள்ளேயே கீழே குதித்தார் பிள்ளை, டிரைவருக்கு ஒரு ஸலாம் அடித்தார்.' தம்பியா, பிள்ளேய்! ஐயா கண்டக்டர் தம்பி! எப்புவுமே புது ஆளாக இருந்திராதேயும் வேய்' என்று கிண்டலாகக் குறிப்பிட்டார். மேலும் அவர் ஏதாவது சொல்லியிருப்பார். அதற்குள் பஸ் வேகம் பெற்று ஓடி விட்டது...

ஒரு கடையை நோக்கிச் சென்றார் சிங்காரம் பிள்ளை. 'தாகமாயிருக்குது, ஐஸ் போட்டுக் கலர் கொடு' எள்று உத்தரவிட்டார். ..வியாபாரத்தை கவனித்துக் கொண்டிருந்த பையன் அவ்விதமே தந்தான். ஒரு பாக்கெட் சிகரெட் என்றார் பிள்ளை. அதுவும் உடனே கிடைத்தது.

'முதலாளி உங்களிடம் ஞாபகப்படுத்தும்படி சொன்னாங்க. பாக்கி அதிகமாக ஏறி விட்டதாம். சீக்கிரமே பார்த்து...'

பிள்ளையின் சிரிப்பு பையனின் பேச்சுக்கு பிரேக் போட்டது. 'முதலாளிக்கே இதை சிங்காரம் பிள்ளை கிட்டே சொல்ல முடியலியோ? இதை நேரே சொல்ல, அவனுக்குத் துணிச்சல் இல்லையா? அல்லது அவாளே சொன்னா கவுருதை எதுவும் குறைஞ்சு போயிடும்கிற,

நெனைப்பா? எஹஹ்! சிங்காரம் பிள்ளைக்கே ஞாபக மூட்டுகிற அளவுக்குப் பெரிய மனுஷன் ஆகிவிட்டானா அவன்? வெறும் பய பிள்ளை!' தமது ஆத்திரத்தைத் திரட்டிக் காறித் துப்பினார் பிள்ளை.

பையன் பயந்து விட்டான். 'ஸார் நான் வந்து...'

பிள்ளையின் சிரிப்பு உருண்டு புரண்டது. 'நீ ஒரு தப்பும் செய்யலே. நீ ஏன் பயப்படுறே? உன் முதலாளியிடம் நான் பேசிக் கொள்கிறேன்' என்று கூறிவிட்டு அங்கிருந்து நகர்ந்தார் அவர். பிள்ளை சிகரெட் பின் சிகரெட்டாக ஊதிக் கொண்டு, கைலாசபுரத்தை ஏன், இந்த உலகம் முழுவதையுமே விலைக்கு வாங்கியவர் போல் ஒரு பெருமிதத்தோடு, மிடுக்கு கலந்த உல்லாசப் பெருமையோடு, தனிரகத் தோரணை நடை நடந்து முன்னேறினார்.

கைலாசபுரம் மனோரமா தியேட்டர் என்னும் தகரக் கொட்டகையில் அன்று விசேஷமாக ஒரு நாடகம் ஏற்பாடாகியிருந்தது. மிஸ் சந்திரபிம்பம் நடிக்கும் "தாராச சாங்கம்.' நோட்டிசை வாங்கி, சந்திரபிம்பம் பற்றிய வர்ணிப்பையும் நாடகச் சிறப்பையும் படித்து ரசித்த பிள்ளைக்கு அவசியம் நாடகம் பார்த்தாக வேண்டும் என்ற அவா உண்டாயிற்று. போனார்.

அவரது தம்பிகளும், வேண்டியவர்களும், தெரிந்தவர்களுமாக நிறையப் பேர் வந்திருந்தார்கள் அங்கே. ஆகவே, கும்பிடுகளும், சலாம்களும், புன்னகைகளும் அவருக்கு நிறையவே கிடைத்தன. .

நாடகத்தில் கலாட்டா தலைகாட்டக் கூடும் என்று எதிர்பார்க்கப்பட்டது. சுந்தரவதனா என்கிற குமாரி ஆர்மோனியம் வாசித்துக் கொண்டிருந்தாள்.

'புள்ளே பரவாயில்லே. சிவப்பா இருக்குது. குரங்கு மூஞ்சிக்குப் பேரு சுந்தரவதனாவாம்!' என்று சிங்காரம் பிள்ளை முணுமுணுத்தார்.

அந்த வட்டாரத்தில் தாராச சாங்கம் நாடகம் என்றாலே கண்டிப்பாகக் கலாட்டா வரும். சந்திரனுக்கு தாரை எண்ணெய் தேய்க்கும் ஸீன் பிரமாதமாக இருக்கும், காணத் தவறாதீர்கள்!' என்று தட புடலாக விளம்பரப் படுத்துவார்கள் நாடகக்காரர்கள். கும்பலைக் கவர்ந்திழுக்க ஒரு தந்திரம் அது. நாடகத்தின்போது அந்தக் காட்சியில் மக்களை ஏமாற்ற முற்படுவார்கள். உடனே கலாட்டா வரும்.

அன்றும் அப்படித்தான். சந்திரபிம்பம் ஸ்பெஷல் டிரஸ் அணிந்து நின்று சந்திரன் வேஷக்காரனுக்கு எண்ணெய் தேய்க்க மறுத்து விட்டாள். அந்தக் காட்சியை எதிர்பார்த்துக் காத்துப் பழி கிடந்த ரசிக மகாஜனங்கள் அந்த ஏமாற்றத்தை ஏற்றுக் கொள்ளத் தயாராக இல்லை. விளைவு? தகரக் கொட்டகை மீது மலைப் பிஞ்சுகள் சோனா மாரி பொழிந்தன. ஆரவார இடி இடிக்கலாயிற்று.

நாடகக் கண்ட்ராக்டருக்குத் திடீர் யோசனை தோன்றியது. அவர் 'அண்ணாச்சி! நீங்கதான் காப்பாத்தனும்' என்று அழுது கொண்டு, சிங்காரம் பிள்ளையைச் சரணடைந்தார். 'உங்களை விசேஷமாகக் கவனிக்கிறேன்' என்றும் மந்திரம் முனு முனுத்தார்.

அவ்வளவுதான். பிள்ளை ஒரு குதி குதித்து பெஞ்சு மீது ஏறி நின்றார் விரலை வளைத்து, உதடுகளுக்கிடையில் வைத்து, வீசூசல்-மெய் சிலிர்க்க வைக்கும் சீட்டி அடித்தார். மீண்டும் அடித்தார். 'டேய் பையன்களா? யாருடாது கொட்டாயிலே கல் எறியிறது? யாருலே அது? காலித்தனத்தை ஸ்டாப் பண்ணுங்க. அட் ஒன்ஸ் ஸ்டாப்! நிறுத்துங்க ஒன் டூ த்ரீ! என்று கூவினார். கூவிக் கொண்டே இருந்தார்.

கூச்சலும் குழப்பமும் படிப்படியாகக் குறைந்து தேய்ந்து ஒய்ந்தது. 'நவ், ஆர்மோனியஸ்ட், கோ ஆன் ஸாங்! என்று தமது இங்கிலீசு ஞானத்தை ஒலிபரப்பினார் பிள்ளை.

குமாரி சுந்தரவதனா அவர் பக்கம் முகம் திருப்பி, பளிச்சென முல்லைச் சிரிப்புச் சிரித்தாள். ரசிக மகா ஜனங்களுக்கு ஒரு கும்பிடு போட்டாள். பாட்டுப் பாடினாள்.

சிங்காரம் பிள்ளைக்கு உச்சந்தலையிலே ஐஸ் கட்டி வைத்தது போலிருந்தது. 'இவரு யாரு? ஆம்பிளைச் சிங்கமில்லே, ஹே, சும்மாவா!' என்று அவர் மனக் குறளி கொக்கரித்தது. நாடகம் வெற்றிகரமாக நடந்து முடிந்தது. நாடகத்துக்கு ஏற்பாடு செய்திருந்தவர் சிங்காரம் பிள்ளை அண்ணாச்சியை விசேஷமாகக் கவனிக்கக் தவறினா ரில்லை. 'பூப்போட்ட கிளாஸிலே போட்டுப் போட்டுக் கொடுத்தார் புட்டிச் சரக்கை. பிள்ளை கை நீட்டி வாங்கி வாங்கி வயிற்றுக்குள் ஊற்றிக்கொண்டே இருந்தார். தடபுடலான சாப்பாடு வேறு கிடைத்தது. பைக்குள் 'ஏதோ ஸ்ம்திங்' திணிக்கப்பட்டது.

பிள்ளை மிகுந்த உற்சாகத்தோடு வெற்றிப் பூரிப்போடு வீடு நோக்கி நடந்தார். அவர் வீடு சேரும்பொது இரவு இரவு இரண்டு மணிக்கு அதிகமாகவே இருக்கும்.

உறக்கத்தில் ஆழ்ந்து கிடந்த ஊர் அமைதியைப் போர்த்தியிருந்தது. அமைதியை இழந்துவிட்டவனின் மனம் போல் ஊசு காற்று அலை மோதித் தவித்தது. அது குளிரையும் சுமந்து திரிந்தது.

சிங்காரம் பிள்ளை, வீட்டு வாசல்படிமீது நின்று சற்றே தயங்கினர். தலையைச் சொறிந்தார். யோசித்தபடி நின்றார். பிறகு துணிந்து தட்டினார். கதவைத் தட்டிக்கொண்டே நின்றார்.

உள்ளிருந்து அரவம் எதுவும் எழவேயில்லை.

'தங்கம். ஏ தங்கம்!' அழைப்பு தட்டுதல்... தட்டுதல் அழைப்பு!

சில நிமிஷங்கள் தான் ஆகியிருக்கும். ஆனால் அரை மணி நேரம் ஓடியிருக்கும் என்று தோன்றியது பிள்ளைக்கு.

'படுத்தால், செத்த சவம் தான்... சனியன்... ஒரு பொம்பிளே இப்படியா தூங்குவா கூப்பிடுறதும் கதவைத் தட்டுறதும் காதிலே உறைக்காமே? அவர் வாய் உரக்கவே முணமுணத்தது.

ஒரு ஆம்பிளை வீட்டுக்கு வருகிற லெட்சணம் இது தானாக்கும்? ஒரு நாள் போலே ஒரு நாள்

தினசரி இதே எழவாகி விட்டால், வீட்டிலே இருக்கிறவ பிணமாகத்தான் மாறுவாள்!" உக்கிரமான பேச்சு பாய்ந்து புரள, மடார் என்று கதவு திறக்கப்பட்டது.

'ஆண் பிள்ளைச் சிங்கம்' இஹிஹி என்று இளித்ததே தவிர, தனது டிரேட் மார்க் உறுமலைச் சிதறவில்லை!

'வீட்டிலே ஒருத்தி காத்துக் கிடப்பாளே, அவளும் மனுஷிதானே என்ற எண்ணம் உங்களுக்கு என்றைக்காவது ஏற்பட்டிருக்குதா? தினம் ராக்காடு வெட்டி மாதிரி, நடுச்சாமத்திலே வந்து தெருக்காரங்க தூக்கம் கெடும்படியா கதவைப் போட்டு உடைக்கிறது! வேளா வேளைக்கு வீடு திரும்ப முடியாமல் அப்படி வெட்டி முறிக்கிற வேலை என்னதான் இருக்குதோ?...'

தங்கத்தின் உள்ளம் கொல்லுலையில் கொதிக்கின்ற இரும்பு போலும்! சந்தர்ப்பம் அதன்மீது சிதறும் தண்ணீர் போலும்! அதனால் தான் சுர்சுர்ரெனச் சுடுசொற்கள் சுரீரிட்டன போலும் !

சிங்காரம் பிள்ளை கோபம் கொள்ளவில்லை. எரிந்து விழவில்லை. ஏசவில்லை. ஊருக்கெல்லாம் 'சண்டியர்' ஆன அவர் வீட்டுக்குள் அசட்டுச் சிறு பையன் மாதிரி அவள் வாயையே பார்த்துக் கொண்டு நின்றார்,

இவ்வளவுக்கும், அவர் எதிரே நின்று இடியாய் உறுமிக் கொண்டிருந்த தங்கம் ஒரு தங்கச் சிலையும் அல்ல. கொஞ்சிக் கொஞ்சிப் பேசுகின்ற கிளியுமல்ல. அழகில் மயிலும் இல்லை. நடமாடும் எலும்புக் கூடாக எலும்புருக்கி நோயால் வாடுகிற 'ஸ்கெலிடன்' ஆகக்

காட்சி தந்தாள். அவள் பேச்சிலோ அகங்காரமும், அவரை அலட்சியமாக எடுத்தெறிந்து பேசும் மனோபாவமும் ஒலி செய்தன.

'நீயும் ஒரு மனுஷனாட்டம் உலாவிக்கிட்டு இருக்கியே ஊரிலே!' என்று சீறினாள் அவள். சிங்காரம் பிள்ளையோ சீற்றம் கொள்ளத் தெரியாத சிறு முயல் போல் உதடுகளை இழுத்துச்சுளித்தார். *'சரிதாம்பிளா, வாயை அதிகமா மேயவிடாதே!'*என்று அவர் மனம் பேசியது. நாக்கு அசைய மறுத்தது. அவர் அசட்டுச் சிரிப்புடன் அவளைப் பார்த்தபடி நின்றார். காரணம், அவள் அவர் மனைவியே!

கவிதை வாழ்வு

கிருஷ்ண பிள்ளை ஒரு கவி.

உண்மை. அவர் இதுவரையில் ஒரு கவிதை கூட எழுதவில்லைதான். அவர் கவிதைகள் இயற்றியிருந்தால் இன்னும் வெறும் கவிஞராகவா இருப்பார்? கவிகள் போற்றும் கவிச் சக்கரவர்த்தியாக, கவிச் சக்கர வர்த்திகள் தொழுதேற்றும் மகாகவியாக, மகாகவிகள் வணங்கும் கவிதைக் கடவுளாக அல்லவா வளர்ந்திருப்பார்

ஆனால், கவிதை எழுதினால் தானா கவிஞர்? இல்லை, கவிஞர் என்றால் சதா கவிதை எழுதிக் கொண்டிருக்க வேண்டுமா என்ன? ஒன்பது, பத்துக் கவிதைகள் எழுதி விட்டு, வாழ்நாள் முழுதும் கவிஞர் கவிஞர் என்று தம்மைத் தாமே பெருமையோடு விளம்பரப்படுத்திக் கொண்டு திரிகிறவர்கள் எத்தனையோ பேர் இருக்கிறார் களே!

கிருஷ்ண பிள்ளை கவிஞர்தான். இதுவரை ஒரு கவிதை கூட எழுதாவிட்டாலும் - கவிதை எழுதும் எண்ணம் அவருக்கு இல்லாவிட்டாலும் - அவர் கவி தான். வாழ்க்கையையே கவிதையாகச் சுவைத்து ரசித்து அனுபவித்து வாழ்கிறவர் அவர். அவருக்கு அவருடைய வாழ்க்கை தனிப்பெரும் கவிதை ஆகும். வாழ்வின் ஒவ்வொரு நாளும், ஒவ்வொரு கணமும் சிறு சிறு மணிக் கவிதை தான் அவருக்கு.

இதைப் புரிந்து கொள்ளாதவர்கள் - புரிந்து கொள்ளும் ஆற்றல் இல்லாதவர்கள் கிருஷ்ண பிள்ளையைக்

கிருஷ்ண பிள்ளையாக மதிப்பதில்லை. 'அந்த லூஸ்' என்றும், 'செமி' என்றும், 'அரைக் கிறுக்கு''பைத்தியம்' 'அப்பாவி' என்றும் குறிப்பிடுவார்கள். இப்படிப் பல பொருள்களையும் குறிக்க உபயோகப்படும்.

'சொள்ளமுத்து' என்றும் ஒரு பெயரை அவருக்குச் சூட்டியிருந்தார்கள் பலர்.

இப் பெயர்களெல்லாம் அவருக்குப் பொருந்தும் போலும் என்று தோன்றும், கிருஷ்ண பிள்ளையின் நடவடிக்கைகளைக் கவனிக்கிறவர்களுக்கு.

வீதி வழியே நாகரிகம் வேகமாக அலை புரளும் பெரிய ரஸ்தாக்களாயினும் சரி; ஆள் நடமாட்டம் அதிகம் இல்லாத சிறு தெருவாயினும் சரி; தேனீக்கள் மொய்ப்பது போல் ஜனங்கள் முட்டி மோதி ஆய்ந்து கொண்டிருக்கும் சந்து பொத்துகளாயினும் சரியே. எந்த இடமாயினும், எந்த நேரத்திலெனினும் அவர் நடந்து போகிறபோது, அவரது கண்களில் தனி ஒளி சுடரிட, உதடுகள் சிறு சிரிப்பால் நெளிய, முகமே தன் னிறைவாலும் ஒருவித ஆனந்தத்தினாலும் பிரகாசிக்க (அல்லது அசடு வழிய) அவரே ஒரு வேடிக்கைப் பொருளாகக் காட்சியளிப்பார். அவரை அப்படிப் பார்க்க நேரிடுகிறவர்கள் 'பைத்தியம் போலிருக்கு!' என்று எண்ணாதிருக்க இயலாது. அவர்கள் என்ன கண்டார்கள், கிருஷ்ண பிள்ளை அந்நேரத்தில் கவிதா மயமான தனியொரு உலகில் சஞ்சரித்துக் கொண்டிருக்கிறார்; ஸ்தூலமான இந்த உலகிலே அவர் உள்ளம் நிலை பெற்றிருக்கவில்லை என்பதை?

மினுமினுக்கும் உடலும், டக் டக் என்று மிடுக்கான ஒலி எழுப்பும் நடையும், கம்பீரத் தோற்றமுமாய் தகதகக்கும்

புரவி மிது ஜம்மென வீற்றிருக்கிறார், வேறே யாரு? நம்ம கிருஷ்ண பிள்ளைதான். வீதி வழிப் போவோர், வீட்டு வாசலில் நிற்போர், சாளரத்தின் பின் சந்திர உதயம் சித்திரிப்பவர்கள் எல்லோரும் அவர் உலா வருகிற நேர்த்தியிலே கண்ணை மிதக்கவிட்டு, மனசை அவர் பின் போகவிட்டு உணர்ச்சி வசப்பட்டு நிற்கிறார்கள். 'மச்சு வீட்டுச் சன்னலின் பின் அச்சடிச்ச பிக்சரென வந்தாளே ஒருத்தி நின்று பார்த்தாளே அவளும்! என்று அவர் உள்ளம் கவிதை செய்ய முயல்கிறது. அவர் மீது அவள் காதல் கொண்டு விடுகிறாள். பார்க்கப் போனல் எல்லா அழகிகளும் அவர் மீது காதல் கொண்டிருக்கிறார்கள்.

ஆயினும், விண் மீன்களிடையே முழுமதி போல, அழகியரிடையே தனித்தன்மை பெற்ற பேரழகி அவள். யாராக இருந்தாலென்ன! அவரிடம் ஏதோ ஒரு கவர்ச்சி இருக்கிறது. கண்டவுடனேயே காரிகையர் மோகம் கொண்டுவிட வேண்டியதுதான். வேறே வழி கிடையாது! இந்த அழகியும் இளநகை சிந்தி, சொகுசாகப் பார்க்கிறாள். பிறகு, தனது நினைவாக இருக்கட்டுமே என்று தூது அனுப்புவாள் போல் தன் கரு நெடுங் கூந்தலின் சுருள்கற்றை ஒன்றை அவர் பக்கம் வீசுகிறாள்...

கிருஷ்ண பிள்ளை நடந்து செல்கிறார். வெயிலாவது வெயில்! திடீரென்று ஒரு கார் அவர் அருகே வந்து நிற்கிறது. 'ஹலோ மிஸ்டர் கிருஷ்ண பிள்ளை!' என்று குயில் குரல் தேன் பாய்ச்சுகிறது அவர் செவியில், வெயிலில் நடந்து போகிறீர்களே? காரில் ஏறிக் கொள்ளுங்கள்' என்கிறாள் காரோட்டி வந்த மோகினி. இள வயது மங்கை கண்ணுக்கு நல்விருந்து. அவள் பேச்சு கசக்கவா செய்யும்? அவர் அவள் அழைப்பை ஏற்றுக் கொள்கிறார் 'குட்டிச் சிறு குடிலில் குமை கிறீர்களா?

ஐயோ!...அருமையான பங்களா உங்களுக்குக் காத்திருக்கிறது' என்கிறாள்...அவள் யாரோ? எங்கிருந்து வந்தவளோ? அவரை அவள் எப்படி அறிந்து கொண்டாள்? இந்தச் சில்லறை விஷயங்கள் பற்றிப் பிள்ளையின் கவி உள்ளம் ஏன் கவலைப்படவேண்டும்? கனவு காண்பது அதன் இயல்பு. கனவுகளை வளர்ப்பது அதன் உரிமை. அதன் தொழிலை அது ஒழுங்காகச் செய்தால், குறுக்கே விழுந்து யார் தடுக்க முடியும்...?

பெரிய பஸ் ஓடிக் கொண்டிருக்கிறது. கிருஷ்ண பிள்ளை 'ஜாலி மூடி'ல் இருக்கிறார், பஸ்ஸின் பின்புறம் நின்று ஒரு பஸ்ஸைப் பிடித்து இழுக்கிறார் பஸ் ஓட இயலவில்லை. அதன் சக்கரங்கள் சுழன்று கொண்டு தான் இருக்கின்றன. ஆயினும் பஸ் முன்னேற முடியாது திணறுகிறது. வீமன், ஹெர்குலிஸ் போன்ற பலசாலிகளின் தம்பியாகி விட்டார் கி.பிள்ளை. அவர் விளையாட்டாகப் பிடித்திழுத்து நிறுத்தியிருக்கிற போது, பஸ் திமிறிக் கொண்டு ஓடிவிட முடியுமா என்ன?

பஸ் முன்னேற இயலாது உறுமுவதையும், டிரைவரும் பிரயாணிகளும் திகைத்துக் குழம்புவதையும் கவிக் கண்ணால் காணும் கிருஷ்ண பிள்ளைக்குச் சிரிப்பாணி அள்ளிக் கொண்டு வருகிறது. அருவி மாதிரிச் சிதறி உருளுகிறது.

தெருவோடு போகிறவர்கள், விஷயம் புரியாமல், ஆசாமிக்குப் பைத்தியம் போல் இருக்கு! என்று எண்ணினால், அதற்குப் பிள்ளை அவர்களா பொறுப்பு?

கிருஷ்ண பிள்ளையின் உள்ளம் கங்கையைப் போல் காவிரி போல் கருத்துக்கள் ஊறும் உள்ளம்! அங்கே

குமிழியிடுகிற எண்ணங்களை, கனவுகளையெல்லாம் இவர் எடுத்துச் சொல்வதில்லை. சொன்னால் புரிந்து கொள்ளக்கூடிய ஆற்றல்தான் மற்றவர்களுக்குக் கிடையாதே!

வெயில் நல்ல பட்டணத்து வெயில் காரோடும் பெரிய ரோடுகளில் தார் இளகி ஓடும். அங்கங்கே ஓடும் நீர் போல் கானல் ஜாலம் காட்டும். எல்லோர் மீதும் வேர்வை கொட்டும். வெயிலே நிலவென மதிப்பார் போல, ரஸ்தா ஓரத்தில் நடந்து கொண்டிருப்பார் கி. பிள்ளை. அவர் உள்ளம் சொல்லும், 'ஆகா' வெயில் எவ்வளவு அழகாக இருக்கிறது! வெயில் வெகு நன்று. அது மிக இனியது' என்று.

இதை வாய்விட்டுச் சொன்னார் என்றால், எவர் தான் அவரைப் பாராட்டத் தயாராக இருப்பர்? ஒளி மயமாய் மிளிருகின்ற விரி வெளியை, நீலவானை, வெயிலொளி யில் மின்னுகின்ற மரங்களின் பசிய இலைகளை, வண்ண வண்ணப் பூக்களை, பளிச்சிடும் கட்டிடங்கள், கார்கள், மாதர் புடவைகள், அனைத்தையும் விசாலப் பார்வையில் விழுங்கிய கண்கள் உள்ளத்தில் மீட்டிய உவகை கீதம் அது என்பதை எத்தனைபேர் புரிந்து கொள்ளச் சித்தமாக இருப்பார்கள்? வெயில் அழகாக இருக்கிறதாம்! மடையன்! சரியான மடச் சிகாமணி இவன். இந்த வெயிலில் இவன் மூளையும் இளகி நிற்கிறது போலும்! என்று தானே எண்ணுவார்கள்?

அப்படிச் சொல்லக் கூடியவர்களுக்காக அனுதாபமே கொள்வார் அவர். 'மலரினில், நீலவானில்,மாதரார் முகத்திலெல்லாம் அழகினை வைத்தான் ஈசன்' எவனோ ஒரு ஓவியன் காண்பதற்காக என்று ஒரு மகாகவி

பாடியிருக்கிறார், அந்தக் கலைஞன் மட்டும்தான் ரசிக்க வேண்டுமென்பதில்லை. கண்ணும் மனமும் காலமும் பெற்ற எவரும் ரசித்து மகிழலாம், கிருஷ்ண பிள்ளை இம் மூன்றையும் பெற்ற பாக்கியசாலியாக்கும்' என்று கிருஷ்ண பிள்ளையே உற்சாகமாகச் சொல்லுவார்.

கவிஞர்கள் பிறருக்குப் பைத்தியக்காரத்தனமாகத் தோன்றும் காரியங்களைச் செய்வதில் ஆர்வம் உடையவர்கள் என்று சொல்லப்படுவது உண்டு. கிருஷ்ண பிள்ளை வாழும் கவிஞர் என்பதை அவரது செயல்கள் நிரூபிக்கும்.

பொதுவாகப் பலரும் மாலை நேரங்களில், முன்னிரவில், கடற்கரை செல்வார்கள். பிள்ளையோ காய்கதிர்ச் செல்வன் அனல் அள்ளிச் சொரிந்து கொண்டிருக்கும் பட்டப் பகலில் பீச்சுக்குப் போய் சுடுமணலைக் கடந்து, ஐஸ் மாதிரி ஜில்லென்று இருக்கும் அலை நீரில் நின்று களிப்பார். சாயங்காலம் அறை தேடி வந்து முடங்கிக் கிடப்பார். மழை 'சோ' என்று பிடித்து விளாசும்போது, கடல் மணலில் ஹாயாக உலாவித் கொண்டிருப்பார். எதையாவது பார்த்துவிட்டு, அல்லது எண்ணிக் கொண்டு, 'ஆகா, இந்த நேரத்தில் நான் உயிரோடிருப்பதற்காக நான் மிகவும் ஆனந்திக்கிறேன்... ஆகா, வாழ்வது அதிர்ஷ்டமான விஷயம் தான்' என்பார். குதூகலம் கும்மாளியிடும் அவர் பேச்சிலே. அவருடைய மனப் பண்பு மற்றவர்களுக்குஅவரோடு நன்கு பழகியவர்களுக்குக் கூடபுரியவில்லை என்றால் அவர் என்னதான் செய்ய முடியும்?

'கிருஷ்ண பிள்ளை வறண்ட பேர்வழி. அவர் வாழ்க்கையும் வறட்சியானதே' என்று, அவரை

அறிந்தவர்கள் சிலர் அபிப்பிராயப்படுவது உண்டு. கோலக் கோதை துணையோடு குளுகுளு வாழ்க்கை அவர் வாழவில்லை; எந்த ஒரு பெண்ணும் அவரைக் காதலித்ததாகத் தெரியவில்லை; அவரும் காதலின்பம், இல்லறம் என்றெல்லாம் பேசுவதில்லை என்பதனாலேயே அவர்கள் அவ்விதம் கருதினர். பிள்ளையின் புற வாழ்வைக் கொண்டே அவர்கள் அவ்விதம் மதிப்பிட்டனரே தவிர அவர் அவருக்காகத் தனியானதொரு அகவாழ்வு வாழ் கிறார் அவரால் அப்படி வாழ முடியும் என எண்ணினரல்லர்.

கிருஷ்ண பிள்ளைக்கு நாற்பது வயதுக்கும் அதிகமாகி விட்டது. அவர் கல்யாணம் செய்துகொள்ளவில்லை. கல்யாணம் செய்து கொண்டு எல்லோரையும் போல் வாழ்க்கை நடத்த வேண்டும் என்ற ஆசை தமக்கு இருப்பதாக அவர் காட்டிக் கொண்டதுமில்லை. சில உல்லாசிகளைப் போல் ஜாலி வாழ்வு வாழும் பண்பு பெறவுமில்லை அவர். அவருக்குச் சிநேகிதர்கள் என்று இரண்டு மூன்று பேர்கள் இருந்தார்கள். சிநேகிதி என்று ஒருத்தி கூட அவர் வாழ்க்கைப் பாதையில் குறுக்கிட வில்லை. இதெல்லாம் அவரைத் தெரிந்தவர்களுக்குத் தெரியாதா என்ன?

கிருஷ்ண பிள்ளையின் நண்பர் நாராயணனுக்கும் இது தெரியும். 'வறண்ட மனம் பெற்றவர் இவர்' என்று நம்புகிறவர்களில் அவரும் ஒருவர். வறண்ட கோடை போன்ற பிள்ளை வாழ்வில் அவ்வப்போது குளுமை பரப்புகின்ற மென் காற்று தாமே தான் என்ற எண்ணம் அவருக்கு அடிக்கடி பிள்ளையைத் தேடி வந்து உற்சாகமாக உரையாடிச் செல்வார் அவர்.

அன்றும் நாராயணன் வந்தார். வழக்கம்போல் கிருஷ்ண பிள்ளை சோம்பிக் கிடப்பார், அல்லது, புத்தமும் கையுமாய்க் காட்சி தருவார் என்று எண்ணிக் கொண்டு தான் வந்தார். ஆனால் அவர் எதிர்பாராததை எதிர்பார்க்க முடியாததை அன்று காண நேர்ந்தது; பிறகு கேட்கவும் நேர்ந்தது.

அலமாரியிலிருந்தும் பெட்டிகளிலிருந்தும் புத்தகங்களை வெளியே எடுத்து எங்கும் பரப்பியிருந்தார் கிருஷ்ணபிள்ளை. அவற்றிடையே ஏதோ எண்ண ஓட்டத்தில் தம்மை இழந்தவராய் அவர் காணப்பட் டார். இத் தோற்றம் நாராயணனுக்கு ஆச்சரியம் அளித்தது. அதைவிட அதிக வியப்பாகத் திகழ்ந்தது, பிள்ளை தமது கையில் வைத்திருந்த ஒரு பொருள்.

அழகான சங்கிலி. சிறு சிறு மாம்பிஞ்சுகளைக் கோத்து மாலையாக்கியது போன்ற சங்கிலி மஞ்சளாக மினுமினுத்தது. பொன் போல் தோன்றும் பொருள். ஆனால் தங்கமல்ல. நாகரிகப் போலி அணிகளில் ஒன்று. அது பூரணமாகவுமில்லை. அது பட்டு நீளமாய் இருந்தது. புது மெருகுடன் பள பளக்கவுமில்லை அது. நாள் பட்டது போல் மங்கிப் பொலிவு குன்றிக் காணப்பட்டது.

இதை ஏன் இவர் இப்படிப் பார்த்துக் கொண்டிருக்க வேண்டும்? என்று குறுகுறுத்தது நாராயணன் மனம். என்னய்யா அது? பொன் சங்கிலி மாதிரி இருக்கு. ஏது உமக்கு? என்று அவர் விசாரித்தார்.

கையிலிருந்த சங்கிலியைப் பார்த்தார் கிருஷ்ண பிள்ளை. நண்பரின் முகத்தைப் பார்த்தார். தொடர்ந்து அவர் கண்கள் வெறும் வெளியில் நீந்தின. பிறர் பார்க்க

முடியாத எதையோ நோக்குவன போல் அவை நிலைபெற்று நின்றன. அவர் நீண்ட பெருமூச் செறிந்தார்.

'என்னய்யா, என்ன விசேஷம்?' என்று நண்பர் கேட்டார்.

'அலமாரி பெட்டியை யெல்லாம் சுத்தப் படுத்த ஆரம்பித்தேன். ஒரு பெட்டியில் புத்தகங்களுக்கிடையே ஒரு காகிதப் பொட்டலம் கிடந்தது. என்னடா என்று பார்த்தால், இந்தச் சங்கிலி. இது அங்கே இருக்கும் என்ற நினைப்பே எனக்கில்லை, திடீரென்று இதைப் பார்க்கவும், அடுக்கடுக்காய்ப் பழைய நினைவுகள் எழுந்து, உள்ளத்தில் கிளர்ச்சி உண்டாக்கி விட்டன என்று கூறிய பிள்ளை மீண்டும் பெருமூச்சு விட்டார். கனவுக் காட்சிகளைக் கண்முன் கொண்டு வர முயல்கிறவர் போல் யோசனையில் ஆழ்ந்து விட்டார பிள்ளையின் போக்கு நண்பருக்கு அதிசயமாகப்பட்டது. என்ன விஷயம் என அறிந்து கொள்ள வேண்டும் என்ற ஆவலைத் தூண்டியது. 'இது யார் சங்கிலி? என்று கேட்டார்.

'உம்மிடம் சொல்வதற்கென்ன?' என்று முன்னுரை கூறனார் கி. பிள்ளை. 'நான் இதுவரை யாரிடமும் சொன்னதில்லை. அந் நினைவுகளை நான் மறந்து விட ஆசைப்பட்டேன். என் மனக்குகை ஆழத்தில் அது புதையுண்டு விட்டதாகவே தோன்றியது. ஆனால் இந்தச் சங்கிலி அந் நினைவைப் படம் எடுத்து ஆடவைக்கும் மகுடியாகி விட்டதே!...

மீண்டும் ஒரு பெருமூச்சு. நாராயணன் பார்வை அவரை அதிசயமாகவும், புதிதாக ஒருவரைப் பார்ப்பது போலவும் தொட்டது.அதைப் பொருட்படுத்தாமல்

கிருஷ்ணபிள்ளை பேசினார். தமது நினைவுகளை உரக்கச் சிந்திப்பவர் போல், தமக்குத் தாமே பேசிக் கொள்ளும் தொனியில், அவர் சொல்லலானார்.

'இப்போ சமீபத்தில் நிகழ்ந்தது போல் இருக்கு. யோசித்துப் பார்த்தால், பதினைத்து, பதினாறு வருஷங்கள் ஓடியிருப்பதாகப் புரிகிறது...ஊம்! காலம் ரொம்ப வேகமாகத் தான் ஓடுகிறது. அப்பொழுது எனக்கு இரு பத்தாறு வயசு, உமாவுக்கு என்ன, பதினேழு பதினெட்டு வயதிருக்கும். இருந்தாலும் அவள் சிறுமிதான். சரியான விளையாட்டுப் பிள்ளை...!"

'உமாவா? யார் அது? நான் அவளைப் பார்த்திருக்கிறேனா? என்று கேட்டர் நாராயணன்.

'நீர் பார்த்திருக்க முடியாது. நான் அப்பொழுது வேறொரு ஊரில் தங்கியிருந்தேன். ஏதோ அழுது வடிந்த ஆபீஸ் ஒன்றில் என்னவோ இழவெடுத்த உத்தியோகம் என்று வைத்துக் கொள்ளுமேன். ஆபீஸ், மேஜை, நாற்காலி எல்லா ஜபர்தஸ்துகளுக்கும் குறை எதுவும் கிடையாது. அதிகாரி என்று ஒருவர் இருந்தார். அவரோ வருஷத்தில் முக்கால் வாசி நாள் லீவில் போய் விடுவார். பியூன் ஊர் சுற்றப் போய்விடுவான். நான் மட்டும் தான். தனிக்காட்டு ராஜா என்பார்களே, அது மாதிரி. நான் சோம்பேறியாக வளர்ந்ததற்கு இப்படிப்பட்ட உத்தியோகங்களே எனக்குக் கிடைத்து வந்ததும் முக்கிய காரணமாக இருக்க வேண்டும்.

ஆபீஸ் இருந்த வீட்டை ஒட்டி இன்னொரு வீடு. இரண்டுக்கும் ஒரே வராண்டா. அந்த வீட்டை ஒளி யுறுத்திக் கொண்டிருந்தவள் தான் உமா என் வாழ்விலும்

மின்னல் போல் பளிச்சிட்டு மறைந்த பெருமை அவளுக்கு உண்டு. நான் எப்பொழுதும் போல் தான். சதா ஏதாவது ஒரு புத்தகத்தைக் கையில் வைத்துக் கொண்டிருப்பது வழக்கம். அந்தப் பெண் அடிக்கடி கவனித்திருக்கக் கூடும். ஒருநாள் ஒரு சிறுவனை அனுப்பி, படிப்பதற்குப் புத்தகம் வேண்டும் என்று கேட்டாள். கொடுத்தேன். இரண்டொரு நாள் பையன் வந்து போனான். பிறகு அவளே நேரில் வாசல்படி மீது வந்து நின்று புத்தகம் கேட்கத் துணிந்தாள். அப்புறம் மேஜை அருகிலேயே வர ஆரம்பித்தாள். படித்த கதைகளைப் பற்றி உரையாட முன்வந்தாள். பின், வம்பாடுவதில் உற்சாகம் காட்டினாள். திடீரென்று ஒருநாள் டம்ளரும் கையுமாக அழகுநடை நடந்து வந்தாள். 'இப்ப நான் என்ன கொண்டு வறேனாம்' என்று குழைவுக் குரலில் இழுத்தாள்,

'எனக்கெப்படித் தெரியும்? ஃபஸ்ட்கிளாஸ் காப்பியாக இருந்தால் ரொம்ப நன்றி சொல்வேன்' என்றேன்.

வேறு எதுவாகவாவது இருந்தால் சாப்பிட மாட்டீர்களா? என்றாள் அவள். அவள் முகத்தில் சிறிது வாட்டம் படர்ந்தது. உங்களுக்குப் பாயசம் பிடிக்காது?' என்று தயங்கியபடியே கேட்டாள்.

'பேஷாகப் பிடிக்குமே!'

'இன்று எங்கள் வீட்டில் விசேஷம். இந்தப் பாயசம் நானே தயாரித்ததாக்கும்' என்று உமா டம்ளரை நீட்டினாள். நான் பருகி முடிக்கும் வரை பார்த்தபடி நின்று விட்டு, 'எப்படி இருக்கிறது?' என்று ஆவலோடு கேட்டாள்.

‘உன்னைப் போல் இருக்கிறது ஜோராக, உன் பேச்சைப் போல் இனிச்சுக் கிடக்குது’ என்றேன்.

‘ஐயே மூஞ்சி! என்று சொல்லி, டம்ளரைப் பிடுங்கிக் கொண்டு ஓடினாள். அவளுக்குக் கோபம் இல்லை. ஆனந்தம் தான் என்பதை அவள் முக மலர்ச்சியும், துள்ளலும் குதிப்பும் காட்டிக் கொடுத்தன.

இப்படிக் கொஞ்சம் கொஞ்சமாய் இது வளர்ந்து வந்தது. அடிக்கடி காப்பி, கேசரி, பாயசம் என்று எதையாவது எடுத்து வந்து, ‘நான் செய்ததாக்கும். நான் செய்தேன்’ என்று விநியோகம் பண்ணுவாள். என் புகழ்ச்சியை ஆவலோடு எதிர்பார்ப்பாள். நாளடைவில் அவள் ஒரு தொல்லையாகவே மாறி விட்டாள். ‘ஓயாமல் என்ன படிப்பு? நான் தலையைக் காட்டியதுமே புத்தகத்தை மூடி விட வேண்டாமா? என்று சொல்வி, நான் படிக்கும் புத்தகத்தைப் பிடுங்கி வீசி விடுவாள். எனக்கு வரும் கோபத்தைக் கண்டு கலகலவெனச் சிரிப்பாள். உமாவின் போக்கு எனக்கு வருத்தம் அளித்தாலும் அவள் பேச்சும் சிரிப்பும் மிகுந்த மகிழ்வுதான் தந்தன.'இன்பக் கதைகள் எல்லாம் உன்னைப் போல் ஏடுகள் சொல்வதுண்டோ?’ என்று அவள் கன்னத்தைத் தட்டி, விளையாட்டாகக் கிள்ள வேண்டும், நீண்டு தொங்கும் பின்னலைப் பிடித்திழுக்க வேண்டும் என்ற துடிப்பு எனக்கு எழும். அதைத் தடுத்து விடும் உறுதி எனக்கு இருந்ததுமில்லை. ஆ, சென்றுபோன அந்த இன்ப நாட்கள்!’

கிருஷ்ண பிள்ளை நினைவுச் சுழலிலே சிக்கி விட்டார் என்று தோன்றியது. சிறிது நேரம் ஒன்றுமே பேசாமல் இருந்தார் அவர்.

'சரி ஐயா, இந்தச் சங்கிலியைப் பற்றிக் கேட்டால் நீர்பாட்டுக்கு அளக்க ஆரம்பித்து விட்டீரே?' என்று கெண்டை பண்ண ஆசைப்பட்டார் நாராயணன். மனுசன் வள்னு எரிஞ்சு விழுந்தாலும் விழுவான்! அவன் போக்கிலேயே சொல்லட்டுமே' என்று அவர் மனம் லகானைச் சுண்டியது.

கிருஷ்ண பிள்ளை தொடர்ந்து சொன்னார்: 'ஒரு சமயம் நான் சுவாரசியமாக ஒரு புத்தகம் படித்துக் கொண்டிருந்தேன். உமா பூனை போல் வந்திருக்கிறாள். அது எனக்குத் தெரியாது. படீரென்று புத்தகத்தைப் பிடித்து இழுக்கவும் நான் திடுக்கிட்டேன். அவள் விஷமச் சிரிப்போடு அதை வெடுக்கென்று பிடுங்கினாள். நான் பலமாகப் பற்றியிருந்தேன். எங்கள் பலப் பரிசோதனையில் நடுவே திண்டாடிய புத்தகத்தில் ஒரு தாள் கிழிந்து விட்டது. அருமையான புத்தகம் பாழாகி விட்டதே என்ற ஆத்திரம் எனக்கு. வெறி உணர்வோடு அவள் கன்னத்தில் ஓங்கி ஓர் அறை கொடுத்தேன். 'சனியன்! படிக்கையிலே வந்து தொந்தரவு கொடுப்பது மில்லாமல் புத்தகத்தை வேறே நாசமாக்கி விட்டதே' என்று முணுமுணுத்தேன். அவள் முறைத்து நோக்கினாள். அதற்காக இப்படித்தான் பேய் மாதிரி அறையணுமோ? சாந்தமாகச் சொல்றது!' என்று முனகிவிட்டு வெளியேறி விட்டாள்.

கிழிபட்ட புத்தகத்தைப் பார்க்கப் பார்க்க எனக்குக் கோபமும் ஆத்திரமும் இருந்த போதிலும், அறிவு தன் குரலைக் காட்டலாயிற்று. அவளை நான் அடித்தது தப்பு. கை நீட்டி அடித்திருக்கக் கூடாது. அந்நியளான ஒரு பெண்ணைத் தொட்டு அடிப்பது என்றால் மற்றவர்கள்

என்ன சொல்ல மாட்டார்கள்? என்றெல்லாம் என் எண்ணமே என்னைச் சுட்டது. அதனால் மனக் குழப்பமும் வேதனையும் ஏற்பட்டன. எனக்கு வேறு வேலையே ஓடவில்லை. அவளே நினைவாகி என் உள்ளத்தை நிறைத்து நின்றாள். அவள் திரும்பவும் வந்ததும் அவளிடம் மன்னிப்புக் கேட்க வேண்டும் என்று நினைத்தேன்.

அவள் பிறகு அன்று முழுதும் எட்டிப் பார்க்கவே யில்லை. மறு நாளும் உமா வரவில்லை. அடிக்கடி வந்து, விளையாட்டுகள் காட்டி, இனிக்க இனிக்கப் பேசும் யுவதி வராமல் நின்றுவிட்ட பிறகே, அவள் என் பொழுதை எப்படிப் பொன் மயமாக்கிக் கொண்டிருந்தாள் என்பது புரிந்தது. அவள் வராததனால் வெறுமையாகி விட்ட காலம் சுமையாய்க் கனத்து தொங்கியதாகத் தோன்றியது. ‘உமா, நீ இனிமேல் வரவே மாட்டாயா?’ என்று ஏங்கியது என் உள்ளம்.

மறுநாள் அவள் வந்தாள் இருட்டறையில் புகும் ஒளிபோல. ஒளி வெள்ளத்தில் மினுமினுக்கும் எழில் மலர்போல் திகழ்ந்தாள் அவள். என் உள்ளத்தைத் தாக்குகின்ற ஒரு படையெடுப்புமாதிரி வந்து, அசைந்தாடி, செயல் புரிந்த உமாவின் பார்வையும் சிரிப்பும் அசைவும் நெளிவும் என்னைக் கிளர்ச்சியுறச் செய்தன. ‘உமா, என்ன மன்னித்து விடு என்றேன்.'மன்னித்தோம்’ என்று ஒரு ராணியின் மிடுக்கோடு அவள் சொன்னாள். அருவியெனச் சிரிப்பை அள்ளித் தெளித்தாள். பிறகு, இயல்பான சுபாவத்தோடு பேச்சை எங்கெங்கோ திருப்பி விட்டாள். .

அவளுக்கு என் மீது அளவற்ற அன்பு என்று எனக்குப்புரிந்து விட்டது. எனக்கு அவளிடம் ஆசை ஏற்பட்டிருந்தது. அவளைக் காணமுடியாத நாளெல்லாம் பலனற்ற நாளே என்றும் பட்டது. என் வாழ்வைப் பயனுள்ளதாக, இனிமை நிறைந்ததாக மாற்றுவதற்கு அவள் என் துணைவியாக வேண்டும் என்று என் மனம் ஜபம் புரியத் தொடங்கியது.அவளுக்கும் அந்த ஆசை இருந்தது. அதை நான் சிறிது சிறிதாக உணர்ந்து கொள்ள முடிந்தது.

ஒரு நாள் உமா ஒய்யாரமாக வந்து நின்றாள். 'இன்று என்னிடம் என்ன புதுமை சேர்ந்திருக்கிறது, சொல்லுங்கள் பார்க்கலாம்' என்றாள். நான் அவளை மேலும் கீழுமாக நோக்கினேன். எனது தாமதத்தையும் மௌனத்தையும் பொறுக்க முடியாதவளாய் அவள் கத்தினாள்.'ஏ மக்கு கண்ணு கூடத் தெரியலியா என்ன?' என்று கேட்டு, அவள் விரலால் கழுத்தைச் சுட்டினாள். மாம்பிஞ்சுகளைக் கோத்து ஆரமாக்கியது போன்ற இந்தச் சங்கிலி அவள் கழுத் தைச் சுற்றி மின்னி அழகு செய்தது. என் கண்கள் மகிழ்வின் சுடரொளி காட்டின. 'ஆகா, ரொம்ப அழகாக இருக்கிறது. உமா, ஜம்மென்று, ஜோராக இருக்கு' என்று பாராட்டினேன்.

அவளுக்கு மகிழ்ச்சியாவது மகிழ்ச்சி! நீரூற்று போல் பொங்கிப் பொங்கி வழிந்தது குதூகலம். அவளே கும்மாளமிட்டுக் குதிகுதி என்று குதித்தாள். ஆடிப் பாடினாள் அந்த உற்சாகத்தில் அவள் என்னவோ சேட்டை செய்யவும் எனக்கு எரிச்சல் வந்தது. என் ஆத்திரத்தைத் தூண்டி ஆனந்தம் அடைய விரும்பியவளாய் அவள் மேலும் விஷமம் செய்தாள். நான் அவள் தலைப் பின்னலைப் பிடித்து இழுத்து,

மண்டையில் நறுக்கென்று ஓங்கிக் குட்டுவதற்காகக் கை வீசினேன். அவள் இரட்டைப் பின்னல் போட்டு, ஒன்றைக் கழுத்தின் பக்கமாக முன்னே துவள விட்டிருந்தாள். வேகத்தில் என் கை கழுத்துச் சங்கிலியையும் சேர்த்து இழுத்து விட்டது. சங்கிலி அறுந்து போயிற்று. இதை நானோ, அவளோ எதிர்பார்க்கவில்லை.

முழுதலர்ந்த பெரிய புஷ்பம் போல களி துலங்கப் பளிச்சிட்ட அவள் முகம் அனலில் சுடப் பெற்ற கத்திரிக்காய் மாதிரிச் சுருங்கிக் கறுத்தது. அவள் கண்களில் நீர் வழிந்தது. உதடுகள் துடித்தன. என் சங்கிலியை அறுத்து விட்டீர்களே. அம்மாவிடம் நான் என்ன சொல்வேன்?' என்று துயரத்தோடு முணுமுணுத்தாள் உமா.

என் புத்தகத்தை அவள் கிழித்துவிட்டாள் என்று நான் அடைந்த கோபமும் வெறியும் என் நினைவில் மின்வெட்டின. அவள் இப்போது சீறிப் பாய்ந்திருக்கலாம். வெகுண்டு ஏசியிருக்கலாம். வெறியோடு எதையாவது எடுத்து என் மூஞ்சியில் வீசி அடித்திருக்கலாமே. அவள் அவ் வேளையில் எது செய்தாலும் அது நியாயமாகத் தான் இருந்திருக்கும். ஆனல் அவளோ வேதனையால் குமைந்து குமுறினாள். கண்ணீர் வடித்தபடியே வெளியேறினாள். அறுந்த சங்கிலியை எடுத்துச் செல்லவுமில்லை.

விதி என்று ஒன்று இருக்கத்தான் செய்கிறது. அது மனிதர் வாழ்க்கையில் குறுக்கிட்டு விளையாடுவதில் அதிக உற்சாகம் காட்டுகிறது என்றும் தோன்றுகிறது. நமக்குப் புரியாதநம்மால் புரிந்து கொள்ள முடியாதபல

விஷயங்களுக்கு நாம் இப்படித்தான் சமாதானம் கூறிக்கொள்ள வேண்டியிருக்கிறது.

உமாவை என் வாழ்க்கைப் பாதையில் குறுக்கிட வைத்த விதி குரூரமாக விளையாடி விட்டது என்றே சொல்ல வேண்டும்.

சங்கிலியை வாங்கிக் கொள்ள உமா வருவாள் என்று நான் எண்ணியிருந்தேன். மறு நாள் அவள் வீடு பூட்டிக் கிடக்கக் கண்டேன். உமாவும் அவளது பெற்றோரும் அயலூர் எங்கோ போயிருப்பதாகத் தெரிந்தது. அவள் திரும்பி வருவதற்குள் சங்கிலியை ஓர் ஆசாரியிடம் கொடுத்துச் சரியாகப் பற்ற வைத்து விடலாம் என்று நான் ஆசைப் பட்டேன். நாளைக்குப் பார்க்கலாம்; நாளை ஆகட்டும் என்று வாய்தா போட்டு வந்தேன். அதற்கு அவசியமே இல்லாமல் போய்விட்டது, முடிவில்.

அவர்கள் சென்றிருந்த ஊரில், வேகமாகப் பரவிய விஷ ஜுரத்துக்கு உமாவும் பலியாகி விட்டாள் என்று செய்தி கிடைத்தது. எனக்குப் பெருத்த அதிர்ச்சி ஏற்பட்டது. ஆற்ற முடியாத பெருந்துயரை அடைந்து விட்டதாகவே கருதினேன். பாவிகள் எவ்வளவோ பேர் இருக்க, சாவு எனும் தன்டனையை அடைய வேண்டிய கயவர்கள், கொடியவர்கள் எவ்வளவோ பேர் இருக்க, புது மலர் போன்றவளை வாழ்வின் வாசல் படியிலே இப்பொழுதுதான் அடியெடுத்து வைத்திருந்த யுவதியை களங்கம் எதுவும் இல்லாத இனியாளை பாவ நினைப்பையே அறிய முடியாத புனிதத்தை மரணம் ஏன் திருகி எறிய வேண்டும்? இந்த உலகத்தில், மனித வாழ்க்கையில் நீதி நியாயம் தர்மம்

என்பதெல்லாம் உண்மையாகவே
செயல்படுகின்றனவா?

இவ்வாறு அடிக்கடி என் மனம் உளையும். எனது வாழ்வே அர்த்தமற்றுப் போனதாகத் தோன்றியது. உமாவோடு நிகழ்ந்த கடைசிச் சந்திப்பு வேதனை தந்ததாக அமைந்ததே என்ற வருத்தம் வேறு. எனக்குப் பைத்தியம் பிடித்துவிடும் போலிருந்தது. நான் அந்த ஊரைத் துறந்து எங்கள் சொந்த ஊரை அடைந்தேன். அமைதி என்பதை அறியமுடியாத சுழல் காற்றைப் போல் அங்குமிங்கும் அலைந்து திரிந்தேன். பலப்பல வேலைகளைப் பார்த்தேன். காலம் எனும் வைத்தியன் என் மன வியாதியை ஒருவாறு குணப்படுத்தினான். ஆயினும் நான் உமாவை முற்றிலும் மறந்தவனல்லன். அவள் நினைவு கோயில் கொண்டு விட்ட என் உள்ளத்திலே வேறு எந்தப் பெண்ணுருவமும் எட்டிப் பார்த்து இடம் பிடிக்க முடியவில்லை......'

கிருஷ்ண பிள்ளை பெருமூச்செறிந்தார். 'இந்தச் சங்கிலியை ஏதோ ஒரு பெட்டியில் போட்டிருந்தேன். அதை நான் மறந்தே போனேன். இன்று தற்செயலாக இது என் கையில் கிட்டியது' என்றார்,

காவியத்தில், கதைகளிலே வருவதுபோல் இருக்கிறது. சாதாரண நபராகத் தோன்றும் உம்முடைய வாழ்வில் கூட சோக காவியம் அரங்கேறி, திடுமென முற்றுப் பெற்று விட்டது போலும்! அல்லது, இன்ப நாடகம் தொடக்கமாகிச் சோகக் கதையாக முடிந்து விட்டது என்று சொல்லலாம்' என்று நாராயணன் கூறினர். 'எனக்கு உம் மீது பொறாமை உண்டாகிறது ஐயா. உண்மையாகத் தான் சொல்கிறேன். உம்மை ஒருத்தி காதலித்தாள்.

காதலித்த பெண்ணுக்காக நீர் உமது வாழ்க்கையையே தியாகம் செய்து கொண்டிருக்கிறீர். இச்சங்கிலி புனிதமான காதல் சின்னம் ஒரு காவியப் பொருளாகவே தோற்றம் அளிக்கிறது என்றார். இன்னும் விரிவாகப் பேசிவிட்டுப் போனார். அவர் போன பிறகும் சிந்தனையில் ஆழ்ந்திருந்தார் கிருஷ்ணபிள்ளை. ஊம். கொடுத்து வைக்கவில்லை! நான் சுவையாகச் சொன்ன நிகழ்ச்சியை யெல்லாம் நானே என் வாழ்வில் அனுபவிக்கக் கொடுத்து வைக்க வில்லை! என்றோ ஒரு நாள் ரயில் வண்டியில், பெஞ்சு அடியில் கண்டெடுத்த காகிதப் பொட்டலத்தில் இருந்தது இந்தச் சங்கிலி. எந்தச் சிறு பெண் அணிந்ததோ? அறுபட்டு மறதியாக யாரால் விடப்பட்டதோ? உமா என்றொரு விளையாட்டுப்பெண் என் வாழ்வில் குறுக்கிட் டிருந்தால், என் வாழ்க்கை இன்னும் இனிமை மிக்கதாக - பசுமை நிறைந்ததாக- வளமுற்றிருக்கக் கூடும். காலம் தான் வஞ்சித்து விட்டதே! என்று முணுமுணுத்தார்.

அவருக்குச் சிரிப்பு எழுந்தது. ‘நாராயணன் நம்பி விட்டான்! ஆளுக்குள்ளே ஆளு என்பது போல, கிருஷ்ண பிள்ளையின் உள்ளே புதிரான, மர்மமான ஆளு மறைந்திருப்பது நமககு இத்தனை நாட்கள் தெரியாமல் போய் விட்டதே என்று எண்ணுவான். வேண்டியவர்கள், தெரிந்தவர்களிடம் எல்லாம் இதைச் சொல்லுவான். நாமும் எல்லோரிடமும் இதே பிளேட்டை வைக்க வேண்டியது தான். அங்கிங்கே சுவை சேர்க்கும் நகாசு வேலைப்பாடுகளைக் கூட்டிக் கொண்டால், இன்னும் ரசமாக இருக்கும்!’ என்று அவர் எண்ணினார்.

கிருஷ்ண பிள்ளைக்குக் கை கொஞ்சம் நீளம் தான் - பிறர் பாக்கெட்டில் போட்டு வெற்றிகரமாக வெளியே

எடுக்கிற அளவுக்கு அல்ல! தன்து முதுகில் தானே தட்டிக் கொள்கிற அளவுக்கு நீளம்!

நாளடைவில், உமா என்றொரு காதலி அவருக்கு நிஜமாகவே இருந்தாள், அவள் அவர் வாழ்வின் சிறு பகுதியை இன்ப வசந்தமாக மாற்றி விட்டு, திடீரென்று மறைந்து போனாள் என்று கிருஷ்ண பிள்ளையே நம்ப ஆரம்பித்து விடுவார். அதுவும் அவர் ஆற்றலுக்கு ஏற்றதாகத்தான் இருக்கும்.

ரொம்ப வேண்டியவர்

ஞானப்பிரகாசம் ஒரு எழுத்தாளர்.

அவர் எழுதினால், கதை கட்டுரைகள் ஏதாவது பத்திரிகைகளில் வந்தாலும் வரும்; வராமலும் போகும்.

அவர் எழுத்துக்கள் பத்திரிகைகளில் வந்தால் அவருக்கு ஏதாவது பணம் கிடைத்தாலும் கிடைக்கும்; கிடைக்காமலும் இருக்கும்.

எழுத்தாளர் ஞானப்பிரகாசத்தைத் தேடி ஒருவர் வந்தார். அவர் புதிதாகப் பத்திரிகை ஆரம்பிக்கப் போவதாகச் சொன்னார்.

'நமக்கு வேண்டியவங்க நீங்க. உங்க உதவி எப்பவும் இருக்கணும். ஒவ்வொரு இதழுக்கும் நீங்க தயவு செய்து கதை அனுப்பணும். உங்களுக்குத் தெரியாதா என்ன! ஆரம்பத்திலே பணம் கொடுக்க முடியாது தானே! இருந்தாலும் உங்க விஷயத்தை நான் மறந்து விட மாட்டேன் ஸார்' என்றார் மணிக்கணக்கிலே தொணதொணத்தார். போனார்.

ஞானப்பிரகாசம் கதை எழுதி அனுப்பத் தவறவில்லை.

பிரசங்கி ஒருவர் புதிதாகப் பத்திரிகை தொடங்கினார். 'நம்ம எழுத்தாளர் ஞானப்பிரகாசத்துக்கு ஒரு கடிதம் எழுதுங்க, கட்டுரை வேணும் என்று கேட்டு என்றார்,

'பணம்? அவர் பணத்துக்காகத் தானே எழுதுவார்?' என்று ஒரு நண்பர் கேட்டார்.

'ஞானப்பிரகாசம் நமக்கு ரொம்பவும் வேண்டியவர் ஐயா! நம்மிடம் அவர் பணம் கிணம் ஒண்ணும் எதிர் பார்க்க மாட்டார். நீங்க கடிதத்தை அனுப்புங்க' என்று பத்திரிகை ஆசிரியர் அதிகப் பிரசங்கி திடமாக அறிவித்தார்.

அவர் ஏமாறவில்லை.

கடிதம் போய்ச் சேர்ந்த சில தினங்களிலேயே ஞானப்பிரகாசம் கட்டுரை எழுதி அனுப்பிவிட்டார்.

ஞானப்பிரகாசத்துக்கு ஒரு கடிதம் வந்தது. ஒரு பத்திரிகைக்காரர்தான் எழுதியிருந்தார். 'நாம் ஏன் பத்திரிகை நடத்துகிறோம் என்று நமக்கே புரியவில்லை. பத்திரிகையை நிறுத்தி விடலாமா என்றுகூட நாம் சில சமயம் நினைப்பது உண்டு. என்றாலும், பத்திரிகை நமது உயிர் மூச்சு மாதிரி இருப் பதால் அதை விடவும் மனமில்லை. பத்திரிகையில் நல்ல கதைகள் வரவேண்டும் என்று ஆசைப்படுகிற அப்பாவிகளும் இருக்கிறார்கள். அதனால், உங்களுக்கு அடிக்கடி தொந்தரவு கொடுக்க வேண்டிய அவசியம் நமக்கு ஏற்பட்டு விடுகிறது. உங்களைப் போன்ற எழுத் தாளர்களுக்குப் பணம் அளிக்கவேண்டிய அவசியத்தை நாம் அறியாமல் இல்லை. ஆனாலும் நமது பொருள் நிலை சரியாக இல்லை. தயவு செய்து அவ்வப்போது விஷயதானம் செய்து பத்திரிகையைக் காப்பாற்றுங்கள் நமக்கு ரொம்ப வேண்டியவர் நீங்கள் என்பதனாலேயே இவ்வளவு தூரம் எழுதுகிறோம்.

ஞானப்பிரகாசம் விஷயதான வள்ளலாக விளங்கத் தயங்கினாரில்லை.

'கேளுங்கள்; கொடுக்கப்படும்' என்ற கொள்கை உடைய தங்களிடம் மீண்டும் கேட்கிறோம், கேட்டது கிடைக்கும் எனும் நம்பிக்கையோடு. நமது மகத்தான பத்திரிகையின் மகோன்னதமான மலர் தயாராகிறது. வழக்கம் போல் கதை, கட்டுரை, கவிதை எல்லாம் அனுப்பி உதவுக. நமக்கு வேண்டியவர் என்ற உரிமை யோடு நாம் ஆனுப்பும் கோரிக்கை இது...இப்படி ஒரு பத்திரிகை ஆசிரியர் கேட்டார். அவர் கேட்டவற்றை எழுத்தாளர் கொடுக்கத்தான் செய்தார்.

யார் யாரோ புதுசு புதுசாகப் பத்திரிகை ஆரம்பித்துக் கொண்டுதான் இருந்தார்கள்.

நடத்தும் பத்திரிகையை நிறுத்திவிட மனமில்லாத எவராவது விடாது பிழைப்பை நடத்திக் கொண்டுதான் இருந்தார்கள்.

எப்பவாவது எவராவது விசேஷ மலர் வெளியிட்டுக் கொண்டுதான் இருந்தார்கள்

அவர்கள் எல்லோருக்கும் ஞானப்பிரகாசம் தெரிந் தவராய், 'வேண்டிய மனிதர்' ஆகத்தான் இருந்தார்.

அவர்கள் நேரிலே கண்டு கேட்டார்கள். ஆள் அனுப்பிக் கேட்டார்கள். தபால் மூலம் கேட்டார்கள்.

வேண்டியவற்றைப் பெற்றார்கள். ஏனெனில் எல்லோருக்கும் 'ரொம்ப வேண்டியவர்' ஆக விளங்கினார் எழுத்தாளர் ஞானப்பிரகாசம்.

காலம் ஓடியது.

பத்திரிகைகள் பிறந்தன. தவழ்ந்தன. நடந்தன. படுத்தன. சில எழுந்து நின்றன. பல தோன்றின ஞானப்பிரகாசம் எழுதிக் கொண்டேயிருந்தார்.

அவர் எழுத்தாளர் இல்லையா? ஆகவே, அவர் சுத்த சோம்பேறியாகவும் இருந்தார். இதில் அதிசயம் எதுவுமில்லை.

அவர் எழுத்தைப் பிழைப்பாக ஏற்றிருந்தார். ஆதலின் அவர் பிழைப்பு ஒழுங்காக நடக்கவில்லை, அவரது பொருளாதாரம் படுவறட்சி என்ற அந்தஸ்தை எட்டியது. அவர் எண்ணிப் பார்த்தார். கதை கட்டுரைகள் அனுப்பிக் காசு பெற முயன்றார், வெளியான கதைகளுக்குப் பணம் தருவதாகச் சொல்லி வாளா இருந்துவிட்ட பத்திரிகைப் பெரியார்களுக்கு 'பில்' தயாரித்து அனுப்பினார். 'ரிமைண்டர்' எழுதினார். அவரை ரொம்பவும் வேண்டியவர் என உரிமை கொண்டாடிய அன்பர்களுக் கெல்லாம் கடிதம் எழுதினார்.

பதில்கூட வரவில்லை. அப்புறம் அல்லவா பணம் பற்றிய பிரஸ்தாபம்!

'ஆகவே, நாம் எல்லோருக்கும் வேண்டியவராக வாழ்ந்தோம். நமக்கு வேண்டியவர் ஒருவருமில்லை' என

உணர்ந்தார் ஞானம்பிரகாசம். உடனே பாத யாத்திரை தொடங்கினார்.

அப்பொழுதும் அந்த எழுத்தாளரின் லட்சியம் மிக உயர்ந்ததாகத்தான் இருந்தது. இமயமலையை நோக்கித்தான் நடந்தார் அவர்.

www.ingramcontent.com/pod-product-compliance
Lightning Source LLC
LaVergne TN
LVHW010942051026
849532LV00003B/1103